D1680424

தொல்காப்பியம்

ஒரு பனுவலின் நெடும்பயணம்

தொல்காப்பியம்
ஒரு பனுவலின் நெடும்பயணம்
சிலம்பு நா. செல்வராசு (பி. 1955)

புதுச்சேரி மொழியியல் பண்பாட்டு ஆராய்ச்சி நிறுவனத்தில் பணியாற்றி ஓய்வுபெற்றவர். சங்க இலக்கியம், காப்பியங்கள், நாட்டுப்புறவியல் முதலிய துறைகளில் முதன்மையான பங்களிப்பைச் செய்தவர். முப்பத்தெட்டு நூல்கள், எண்பத்தைந்து பதிப்பு நூல்கள், இருநூறு கட்டுரைகளை எழுதியுள்ளவர். பதினான்கு ஆய்வுத் திட்டங்களை நிறைவு செய்துள்ளவர். இவரது ஆராய்ச்சி நூல்களுக்குத் தமிழ்நாடு அரசு, புதுவை அரசு, தமிழ்நாடு கலை இலக்கியப் பெருமன்றம், தமிழ்நாடு முற்போக்கு எழுத்தாளர் கலைஞர்கள் சங்கம் முதலிய நிறுவனங்கள் விருதுகள் வழங்கியுள்ளன. நூற்றுக்கும் மேற்பட்ட கருத்தரங்குகள், பயிலரங்குகள் முதலியவற்றை ஒருங்கிணைத்தவர். சமூகவியல், சமூக மானுடவியல் நோக்கிலான சங்க இலக்கிய ஆய்வுகள் மூலம் தனிக்கவனம் பெற்றிருப்பவர். இதே அணுகுமுறைகளின் வழித் தொல்காப்பியப் புலமையாளராகவும் விளங்குபவர். இவருக்குப் புதுச்சேரி அரசு தமிழ்மாமணி விருதினை வழங்கியுள்ளது.

மின்னஞ்சல்: silampu1955@gmail.com

ஆசிரியரின் பிற நூல்கள்
(காலச்சுவடு வெளியீடுகள்)

+ கண்ணகி தொன்மம்: சமூக மானுடவியல் ஆய்வு (2013)
+ தொல் தமிழர் திருமணம்: சமூக மானுடவியல் ஆய்வு (2016)
+ இருபதாம் நூற்றாண்டுச் சிற்றிலக்கியங்கள் (1995) விரிவாக்கப்பட்ட புதிய பதிப்பு (2018)

சிலம்பு நா. செல்வராசு

தொல்காப்பியம்
ஒரு பனுவலின் நெடும்பயணம்

தமிழ்ச்சமூக வரலாற்று நோக்கில் தொல்காப்பிய உருவாக்கம் பற்றிய ஆய்வு.

காலச்சுவடு பதிப்பகம்

அன்பார்ந்த வாசகருக்கு,

வணக்கம்.

காலச்சுவடு நூலை வாங்கியமைக்கு நன்றி.

நூலின் உள்ளடக்கம், உருவாக்கம், அட்டைப்படம் இன்ன பிற அம்சங்கள் பற்றிய உங்கள் கருத்துகளையும் ஆலோசனைகளையும் காலச்சுவடு வரவேற்கிறது. தகவல், எழுத்து, வாக்கியப் பிழைகள் தென்பட்டால் கட்டாயம் தெரிவித்து உதவுங்கள். நூல் தயாரிப்பில் கடும் குறைபாடு இருப்பின் மாற்றுப் பிரதி உங்களுக்குக் கிடைக்கக் காலச்சுவடு ஏற்பாடு செய்யும்.

மின்னஞ்சல்: **publisher@kalachuvadu.com**

காலச்சுவடு நாகர்கோவில் தலைமையகத்துக்கும் கடிதம் அனுப்பலாம்.

தங்கள்
எஸ்.ஆர். சுந்தரம் (கண்ணன்)
பதிப்பாளர் — நிர்வாக இயக்குநர்

தொல்காப்பியம் ஒரு பனுவலின் நெடும்பயணம் ❋ ஆய்வு நூல் ❋ ஆசிரியர்: சிலம்பு நா. செல்வராசு ❋ © சிலம்பு நா. செல்வராசு ❋ முதல் பதிப்பு: ஆகஸ்ட் 2022 ❋ வெளியீடு: காலச்சுவடு, 669, கே.பி. சாலை, நாகர்கோவில் 629001.

காலச்சுவடு பதிப்பக வெளியீடு: 1088

tolkaappiyam oru PanuvaLin neTumpayaNam ❋ Research Essays ❋ Author: Silambu N. Selvarasu ❋ © Silambu N. Selvarasu ❋ Language: Tamil ❋ First Edition: August 2022 ❋ Size: Demy 1 x 8 ❋ Paper: 18.6 kg maplitho ❋ Pages: 152

Published by Kalachuvadu, 669, K.P. Road, Nagercoil 629001, India ❋ Phone: 91-4652-278525 ❋ e-mail: publications@kalachuvadu.com ❋ Printed at Mani Offset, Chennai 600077

ISBN: 978-93-5523-096-6

மற்றும் ஒரு அம்மாவாக வாழ்ந்து
என்னை ஆளாக்கி மகிழ்ந்த என் தமக்கை
திருமதி தமிழரசி அவர்களின்
நீங்கா நினைவுகளுக்கு . . .

பொருளடக்கம்

பதிப்புரை: செய்யாமல் செய்த உதவிக்கு...	11
முன்னுரை: தொல்காப்பியத்தின் நெடும்பயணம்	19

நெடும்பயணம் 1

தொல்காப்பியக் களவியல்: அழிவும் ஆக்கமும்	31
புராதனச் சமூகஅமைப்பும் களவுமணத் தோற்றமும்	32
புராதனத் தமிழ்ச்சமூகத்தில் களவு வாழ்க்கை	34
தொல்காப்பியக் களவியல்: அழிந்துபோன கருத்துகள்	38
இயற்கைப்புணர்ச்சி மறைந்துபோன கூற்றுகள்	39
இடந்தலைப்பாடு அழிந்துபோன களவின் வகைப்பாடு	40
பாங்கற்கூட்டம் மறைக்கப்பெற்ற பன்னிரு வகை	42
பாங்கியிற்கூட்டம் முழுமைபெறா வகைப்பாடு	44
உடன்போக்கு: விடுபெற்ற கூற்றுகள்	47
தொல்காப்பியக் களவியல்: இடைச் செருகல் – ஆக்கம் பெற்ற கருத்தியல்	51
களவியலும் மறையோர் மன்றல் கந்தருவமும்	52
பால்வரைத்தெய்வம்: ஊழ்வினையும் முற்பிறப்பும்	54
காதலருக்குரிய மணப்பொருத்தங்கள்	60
தலைமகன் வேதம் ஓதப் பிரிந்தானா?	62
களவியல்: அழிவின் அரசியலும் ஆக்கத்தின் அரசியலும்	65
தாய்த்தலைமை வீழ்ச்சியும் களவுமண வீழ்ச்சியும்	65
கற்புமண ஆதிக்கமும் களவுமணத்தில் மாற்றங்களும்	68
களவியல் மறுமலர்ச்சி: புனிதமடைதல்	72
களவியல் இலக்கிய வழக்காக மாறுதல்	76
களவியல்: மேனிலையாக்கம் - சமயங்களின் பங்களிப்பு	77

தொல்காப்பியம் ஆரியமயமாதல் 79
பின்னுரை 83

நெடும்பயணம் 2

தொல்காப்பியத்தில் பாலை: இல்லாமையும் இருப்பும் 88
முன்னுரை 88
பாலைத்திணை: பொது அறிமுகம் 90
தொல்காப்பியத்தில் பாலைத்திணை 93
சங்க இலக்கியத்தில் பாலை: நிலமும் வாழ்க்கைமுறையும் 97
பாலை: இல்லாமையும் இருப்பும்
    பாலைத்திணை பற்றிய சமூக வரலாற்று ஆய்வு 110
படிமலர்ச்சி நிலை ஒன்று:
    தொல்காப்பியர் காலப் பாலைத்திணை 112
படிமலர்ச்சி நிலை இரண்டு:
    சங்க காலப் பாலைத்திணை 115
படிமலர்ச்சி நிலை மூன்று:
    பேரரசு காலப் பாலைத்திணை 118
பேரரசு உருவாக்கமும் பாலைக்குடியினரின்
    மேனிலையாக்கமும் 118
பின்னுரை 123

நெடும்பயணம் 3

தொல்காப்பியத்தில் நால்வருணம்: இருப்பும் இல்லாமையும் 126
தொல்காப்பியத்தில் நால்வருணச் செய்திகள் 126
வடமொழி நூல்களில் வருணப் பாகுபாடு 131
தொல்காப்பியத்தில் வருணச் செய்திகளுக்கான
    சமூகப் பின்புலம் 135
தொல்காப்பியர் காலத் தமிழ்ச்சமூக அமைப்பு
    வருணத்தை ஏற்றுக்கொண்டதா? 139
வருணம் வேறு தொல்காப்பியர் காலத்
    தமிழ்ச்சமூகப் பிரிவுகள் வேறு 144
துணை நூல்கள் 147

பதிப்புரை

செய்யாமல் செய்த உதவிக்கு...

தொல்காப்பியப் புலமையை நான் பெறுவ தற்குக் காரணமாக அமைந்த களம் அண்ணாமலைப் பல்கலைக்கழகமே ஆகும். எழுபதுகளின் காலக்கட்டத்தில் பேராசிரியப் பெருந்தகையர் பலர் அண்ணாமலைப் பல்கலைக்கழகத்தில் பணிபுரிந்தனர். பேரா. வ.சுப. மாணிக்கனார், க. வெள்ளைவாரணனார், தண்டபாணி தேசிகர், சோ.ந. கந்தசாமி, கொ. லட்சுமணசாமி எனப் பேராசிரியர் பட்டியல் நீளும். புலவர் வகுப்பில் நாங்கள் படித்தபோது மூன்று முழு ஆண்டுகள் தொல்காப்பியம் நடத்தப்பட்டது. இளம்பூரணர், சேனாவரையர், நச்சினார்க்கினியர், பேராசிரியர் முதலியோர் உரைகளோடு தொல்காப்பியத்தை மனப்பாடம் செய்தல் வேண்டும். தேர்வின்போது உரைகளிலிருந்து மட்டுமே பெரும்பான்மை வினாக்கள் கேட்கப்பெறும். மூன்று அதிகார நூற்பாக்களையும் மனப்பாடம் செய்து முடித்திருந்த காலம் அது. தொடர்ந்து முதுகலைப் படிப்பின் போது மீண்டும் இரண்டு ஆண்டுகள் தொல்காப்பியக் கல்வியைப் பெற முடிந்தது.

அண்ணாமலைப் பல்கலைக்கழகத் தமிழ்த்துறையில் நடத்தப்பட்ட தொல்காப்பியக் கல்வி வியக்க வைத்தது. ஏராளமான குறிப்புகள் எடுக்க முடிந்தது. அக்குறிப்புகள் அரிதினும் அரியவை. அவை தஞ்சை வாழ்க்கையில் கரையான்களால் அழிந்தன. பேரா. வ.சுப. மாணிக்கனார் அய்யா தொல்காப்பியத்தையும் சங்க இலக்கியங்களையும் மனப்பாடம் செய்யவைப்பதிலேயே குறியாக இருப்பார்.

பிற்கால எம் ஆய்வுப்புலமை மரபிற்கு அண்ணாமலைப் பல்கலைக்கழகக் கல்வி மரபே அடிப்படையாகிப்போனது. அப்போது பல்கலைக்கழக மொழியியல்துறையில் பேரா. அகத்தியலிங்கனார், செ.வை. சண்முகன், க. பாலசுப்பிரமணியன் முதலிய பெரும் பேராசிரியர்கள் பணியாற்றினர். என்றாலும் மொழியியல் அடிப்படையில் தொல்காப்பியத்தைக் கற்கும் முறையை நாங்கள் அறியாமல் இருந்தோம்.

அண்ணாமலைப் பல்கலைக்கழகத்தில் படித்த காலத்தில் தொல்காப்பியக் கல்வியில் ஏற்பட்ட சில ஐயங்களுக்கு நீண்ட காலம்வரை விடை கிடைக்காமலேயே இருந்தது. அவற்றுள் நினைவில் உள்ள ஒன்று அகத்திணை இயலில் உடன்போக்கு மரபுகள் ஏன் கூறப்பட்டன என்பதும் ஒன்று.

பின்னாளைய எம் கல்விப் பின்புலத்தில் சமூகவியல், மானுடவியல் அணுகுமுறை ஏற்படுத்திய தாக்கம் அவ்வினாக்களுக்கு ஓரோவழி விடையைத் தந்துள்ளன. இவ்வாறான அணுகுமுறைப் பயிற்சிக்கு எம் பேராசிரியர் க.ப. அறவாணர்க்குப் பலமுறை நான் நன்றி தெரிவிக்க வேண்டும். பேராசிரியர் அறவாணரிடம் கல்வி கற்காமல் போயிருந்தால் ஒருவேளை இதுபோன்ற நூல்களை நான் எழுதாமலேயே போயிருக்கக்கூடும்.

○ ○ ○

தொல்காப்பியம்: ஒரு பனுவலின் நெடும்பயணம் என்னும் இந்த நூல் ஒருவகையில் கால ஆராய்ச்சியை அடிப்படையாகக் கொண்டது. தொல்காப்பியம் குறிப்பிட்ட ஒருகாலத்தில் தோற்றம் கொண்டது என்பதை இந்த நூல் வரையறை செய்யவில்லை. மாறாகத் தமிழ்ச்சமூக வரலாற்றை அடிப்படையாகக் கொண்டு கால ஓட்டத்தில் தொல்காப்பியப் பிரதியில் ஏற்பட்ட மாற்றங்களை ஆய்விற்கு உட்படுத்தி உள்ளது. சான்றாக வரலாற்றிற்கு முந்தைய காலத்தில் இலக்கண மரபுகள் உள்ளதும் பிந்தைய காலத்து இலக்கண மரபுகள் உள்ளதும் கணக்கீடு செய்யப் பெற்றுள்ளன. சான்றாகச் சிலவற்றைக் குறிப்பிட முடியும். வரலாற்றிற்கு முற்பட்ட களவு மரபை உடன்போக்காகக் கூறமுடியும். இதே காலக்கட்டத்தில் ஓதற்பிரிவு இருந்ததற்கு வாய்ப்பில்லை என்றும் கூறமுடியும். பழைய இனக்குழு வாழ்க்கையில் பொருள் வயிற் பிரிவிற்கு வாய்ப்பில்லை. எனவே பாலைக்கு எனத் தனித்த நிலத்தைக் கூற வேண்டிய தேவையும் இல்லை. இனக்குழு வாழ்க்கை முறையில் நால்வருணக் கருத்தியலுக்கும் இடம் இல்லை. இவற்றையெல்லாம் இந்நூல் விரிவாக ஆராய்கிறது.

தவிர இக்கருத்தியல்களின் இல்லாமைக்கும் இருப்பிற்கும் தமிழ்ச் சமூக வரலாறு எவ்வாறு பின்னணியாக அமைந்தது என்றும் இந்நூல் ஆராய்கிறது.

O O O

இந்த நூலின் ஒரு சிறுபகுதி, திருவாரூர் மத்திய பல்கலைக்கழகத் தமிழ்த்துறைச் சிறப்புச் சொற்பொழிவிற்கு என உருவாக்கப்பட்டது. 2019ஆம் ஆண்டு நடைபெற்ற இச்சொற்பொழிவின்போது நிகழ்த்தப்பட்ட விவாதங்கள் கூர்மையானவை. இதற்கென அன்றைய துறைத்தலைவர் பேராசிரியர் வேல்முருகன் அவர்களுக்கு நன்றியைக் கூறுதல் வேண்டும். துறையின் ஏனைய பேராசிரியர்களையும் ஆய்வு மாணவர்களையும் நன்றியோடு நினைவு கூர்கிறேன்.

இந்நூலின் பாலைத்திணைக் கட்டுரையைத் தமது மணற்கேணி இதழில் வெளியிட்டுப் பாராட்டியதோடு ஊக்கம் அளித்த தோழரும், விழுப்புரம் நாடாளுமன்ற உறுப்பினரும் ஆன ரவிக்குமார் அவர்களுக்குத் தனித்த நன்றிகள். நூலாக ஆக்கம் பெறுவதற்கு மானுடவியல் கருத்துகளை விவாதித்த வகையில் தோழன் சி. மகேசுவரன், நண்பர் பக்தவத்சலபாரதி, தம்பி கே. பழனிவேலு ஆகியோர் குறிப்பிடத்தக்கவர்கள். இவர்களுடன் நடத்திய நீண்ட உரையாடல்கள் பயன் உள்ளவை.

நூலாக்கத்தின்போது என்னைப் பெரிதும் சிந்திக்க வைத்த இரண்டு கருத்தியல்களை இங்கே குறிப்பிட வேண்டும். ஒன்று, பேராசிரியர் க. பாலசுப்பிரமணியன் அவர்கள் எழுதிய 'தொல்காப்பியத்தின் ஒருமையும் முழுமையும்' என்ற நூல். இதில் உள்ள 'தொல்காப்பியத்தின் பழமை; புவியியல் வரலாற்றுச் சான்றுகள்' என்னும் கட்டுரை. பிறிதொன்று பேராசிரியர் இரா. அறவேந்தன் அவர்கள் இணையவழி நிகழ்த்திய 'ஒல்காப் புகழ் தொல்காப்பியம்' என்னும் சொற்பொழிவு. பேராசிரியர் க. பாலசுப்பிரமணியன் சங்கப் பாலைப் பாடல்களைக் காரணம் காட்டித் தொல்காப்பியம் சங்கப் பாடல்களுக்கு முந்தைய காலத்தது என்ற கருத்தை நிறுவியுள்ளார்.

தம்பி இரா. அறவேந்தன் தொல்காப்பியம் – பாணினியம் உருவாக்கம் பற்றிய ஒப்பியல் ஆய்வை நிகழ்த்தி உள்ளார். இந்தச் சொற்பொழிவில் தொல்காப்பியம் x பாணினியம் இரண்டுமே வேறு வேறு சூழலில் வேறு வேறு தரவுகளின் அடிப்படையில் உருவாக்கப்பட்டவை என்றும் நிறுவுகிறார். இலக்கண ஆக்க முறையும் வேறு வேறு தன்மை உடையது என விவரித்துள்ளார்.

பாணினியம், வேதங்கள், வேள்விகள் முதலிய மொழி வடிவத்தி லிருந்து தரவுகளைப் பெற்றுள்ளது என்னும் அறிஞர் மீனாட்சி அவர்களின் கருத்தை விவரிக்கும் அறவேந்தன் அத்தரவுகள் அனைத்தும் வருணாசிரம அடிப்படையில் விளக்கம் பெற்றுள்ளதை அழுத்தமாக எடுத்துரைத்துள்ளார். ஆனால் தொல்காப்பியம் தமிழர் வாழ்க்கை மரபுகளிலிருந்து தரவுகளைப் பெற்றுள்ளதான வேறுபாட்டையும் அழுத்தமாக நிறுவுவார்.

பாணினியம் சுருக்கமான, நெருக்கமான இலக்கணக் கருத்தியலை உருவாக்கி உள்ளது. வருணாசிரமத்தைப் பயன்படுத்தி உள்ளதையும் விளக்கும் இவர் தொல்காப்பியம் எளிமையான முறையில் நூற்பாக்களை யாத்து வாழ்வியலை மையப்படுத்தி உள்ளது என்று விவரித்துள்ளார். எல்லாவற்றுக்கும் மேலாக மலையாளம், கன்னடம், தெலுங்கு மொழிகளின் முதல் இலக்கண நூல்களுக்குத் தொல்காப்பிமே தாயாக விளங்கியதையும் நிறுவுகிறார்.

இந்த இரண்டு ஆய்வுகளுமே இந்த நூலைப் புரிந்து கொள்வதற்குப் பெரிதும் துணை செய்பவை ஆகும்.

இந்த நூலின் உருவாக்கத்தைக் கேள்வியுற்று ஆர்வத்தோடு கையெழுத்துப்படி நிலையிலேயே படித்து விவாதித்தவர் பேரா. செ.வை. சண்முகம் அவர்கள் ஆவார். அவர் தந்த ஊக்கம் பெரியது. எந்தக் காலத்திலும் ஆய்வு குறித்து உரையாடலை நிகழ்த்துபவர். இதேபோல் தோழர் பேராசிரியர் எல். இராமமூர்த்தி அவர்களையும் குறிப்பிடுதல் வேண்டும். அவருடைய ஆர்வம் நிறைந்த விவாதங்கள் குறிக்கத்தக்கவை.

பேராசிரியர் சு. இராசாராம் அவர்கள் இந்த நூலை வரிக்கு வரி படித்துக் கருத்துத் தெரிவித்துள்ளார்கள். அவருடைய நீண்ட விவாதம் எனக்கு உற்சாகத்தையும் மகிழ்ச்சியையும் தந்துள்ளமையைக் குறிப்பிட வேண்டும்.

எம் பேராசிரியர் க.ப. அறவாணர் மறைவிற்குப் பிறகு நூல் வெளியீடு குறித்த ஆர்வத்தைத் தொடர்ந்து ஏற்படுத்தி வருபவர் அம்மை தாயம்மாள் அறவாணன் அவர்கள் ஆவார்.

எப்போதும்போல் இந்நூலை வெளியிட இசைவு தெரிவித்த அன்புச் சகோதரர் காலச்சுவடு கண்ணன் அவர்களை நன்றியோடு நினைவுகூர்தல் வேண்டும். நூலை உருவாக்கிய காலச்சுவடு தோழர்களுக்கும், தட்டச்சு செய்து கொடுத்த புதுச்சேரி அற்புதராஜ் அவர்களுக்கும் நன்றிகள்.

கொரோனா கால உள்ளிருப்பின்போது இந்நூலை உருவாக்கத் துணை செய்த துணைவி துளசி பாக்கியவதி, மகள் கவிநிலவு ஆகியோருக்கு அன்பும் நன்றியும்.

செய்யாமல் செய்த உதவிக்கு வையகமும்
வானகமும் ஆற்றல் அரிது   குறள்—101

புதுச்சேரி   **சிலம்பு நா. செல்வராசு**
21-03-2022

தொல்காப்பியம்
ஒரு பனுவலின் நெடும்பயணம்

முன்னுரை

தொல்காப்பியத்தின் நெடும்பயணம்

I

தொல்காப்பியம் தமிழ்ச் சமூகத்தில் நிகழ்த்திய நெடும் பயணத்தைப் பற்றிய ஆராய்ச்சியே இந்தக் கட்டுரை. நெடும்பயணம் என்று கூறும்போது தொல்காப்பியத்தின் கருத்தியல் உருவாக்கம் பெற்ற காலம் தொடங்கி உரையாசிரியர் உரை கண்ட காலம் வரையிலான நெடுங்காலத்தை அது பொருளாகக் கொள்ளும். தொல்காப்பிய இலக்கணக் கூறுகளுக்கான மரபுகளை வழங்கிய சமூகமும் அச்சமூகத்து நிகழ்வுகளும் தொல்காப்பியத்தின் கருத்தியலுக்கு அடிப்படையாகும். இக்கருத்தியல் காலத்தை வரலாற்றிற்கு முற்பட்ட காலமாக ஒரோவழி வரையறுக்க முடியும். உரையாசிரியர் காலமாகச் சோழர் காலத்தைக் கொள்ளுதல் வேண்டும்.

தொல்காப்பியரின் காலம் பற்றி இருவேறு சிந்தனை மரபு உண்டு. சங்க இலக்கியத்திற்கு முன்பு உருவானது தொல்காப்பியம் என்றும் கிருத்துப் பிறப்பிற்கு முந்தைய காலத்தது தொல்காப்பியம் என்றும் ஒருசார் தமிழறிஞர்கள் ஆய்ந்துரைப்பர். சங்க காலத்திற்குப் பிந்தையது என்றும் கிருத்து பிறப்பிற்குப் பிந்தைய காலத்தது தொல்காப்பியம் என்றும் பிறிதொருசார் தமிழறிஞர்கள் ஆராய்வர். தொல்காப்பியரின் காலம் கி.மு.5000க்கும் முற்பட்டது என்பதை அறிஞர்

வெள்ளைவாரணனார் (1957) ஆராய்ந்துரைப்பார். கிருத்துப் பிறப்பிற்கு முன்பு என்ற காலத்தை வரையறுப்பதில் சாமி சிதம்பரனார் (1956) கா. சுப்பிரமணியப் பிள்ளை (1968) மு. வரதராசனார் (1972) இலக்குவனார் (1963) ஆகியோர் கருத்து உடன்படுவர். ஆயின் கால வரையறை செய்வதில் இவர்தமக்குள் சில நூற்றாண்டுகள் முன்பின் அமைவது உண்டு. கிருத்துப் பிறப்பிற்குப் பின் என்பதில் கருத்து ஒருப்பட்டுத் தொல்காப்பியர் காலத்தை ரா. ராகவையங்கார் கி.பி. 200 என வரையறுப்பர். வையாபுரிப் பிள்ளையும் (1948) சிவராஜ பிள்ளையும் (1932) தொல்காப்பியர் காலத்தைக் கி.பி. 400 என்று ஆராய்ந்துரைப்பர்.

இறையனார் அகப்பொருள் உரை (1) தொல்காப்பியத்தை இடைச்சங்க நூலாக விவரித்துள்ளது. தொல்காப்பியத்தின் முதனூல் அகத்தியம் என்பதும் இதன் முடிவு. தமிழிலக்கிய வரலாறும் இவ்வாறே எழுதப்பட்டுள்ளது. தொல்காப்பியத்தின் முதனூல் அகத்தியமா அல்லது ஐந்திரமா அல்லது இரண்டும் அல்லாத வேறு இலக்கண மரபுகளா என்பது இன்னமும் முடிவு காண இயலாத ஆய்வாகும் (சிலம்பு நா. செல்வராசு, 2004) இத்தகு ஆய்வு, மொழி அரசியலை அடிப்படையாக வைத்து நிகழ்த்தப்பட்டிருப்பதையும் உணர்தல் (செ.வை. சண்முகம் (1989); சிலம்பு நா. செல்வராசு 1997) வேண்டும். தொல்காப்பியத்தின் உருவாக்கம் பற்றியும் பல்வேறு அறிஞர்கள் ஆய்வுகளை நிகழ்த்தி உள்ளனர் (செ.வை. சண்முகம் 1989). தமிழிலக்கிய வரலாற்றில் இன்று கிடைக்கும் நூல்களுள் தொல்காப்பியம் முதல் இலக்கண நூல் என்ற கருத்து எல்லோராலும் ஏற்றுக்கொள்ளப்படுகிறது. பெரும்பாலான தமிழறிஞர்களும் (மா. இராசமாணிக்கனார். 1963; மு. வரதராசன், 1972) வரலாற்று அறிஞர்களும் (கே.கே. பிள்ளை, 1969) மொழியியல் அறிஞர்களும் (மீனாட்சி சுந்தரம் 1965, ச. அகத்தியலிங்கம், 1983) தொல்காப்பியம் முதல் தமிழ் நூல் என்ற கருத்தை வலியுறுத்தி உள்ளனர். ஆனால் சமூகவியல் நோக்கில் இலக்கியத்தை ஆராய்பவர்களும் (கைலாசபதி, 1968; கா. சிவத்தம்பி, 1987) ஒரு சில தமிழறிஞர்களும் (சிவராச பிள்ளை, 1932; வையாபுரிப்பிள்ளை, 1948) வெளிநாட்டுத் தமிழறிஞர்களும் (சுவலபில். 1973) தொல்காப்பியம் சங்க இலக்கியங்களுக்குப் பின்பு தோன்றியது என்ற கருத்தை முன்வைத்துள்ளார்கள். செல்வநாயகம் (1969) தொல்காப்பிய எழுத்ததிகாரமும் சொல்லதிகாரமும் சங்க இலக்கியத்திற்குக் காலத்தால் முந்தியது என்றும் பொருளதிகாரம் சங்க இலக்கியத்திற்குக் காலத்தால் பிந்தியது என்றும் குறிப்பிட்டார். தெ.பொ. மீனாட்சி சுந்தரனாரும் (1974) ஒன்றுக்கு மேற்பட்ட தொல்காப்பியர் இருந்திருக்க வேண்டும் என்ற கருத்தை முன்வைத்தார். தொல்காப்பியத்தில் இடைச்செருகல்கள் நிகழ்ந்துள்ளன ஈன்பதில் சோமசுந்தர

பாரதியாரும் (1942) வெள்ளைவாரணனாரும் (1957) உடன்பட்டுள்ளனர். ஜான்மார் (1958) பொருளதிகாரத்தில் சில இயல்களையே இடைச் செருகல் எனக் குறிப்பிட்டுள்ளார். தொல்காப்பிய நூற்பா சிலவற்றுக்கிடையில் முரண்பாடுகள் காணப்படுவதை அடியொற்றித் தெ.பொ. மீனாட்சி சுந்தரனார் (1982) இரண்டு விளக்கங்களை முன்வைத்துள்ளார்.

ஒன்று: தொல்காப்பியத்தில் சில இடங்களில் தட்டுப்பாடுகள் காணப் பெறுவதாக எண்ணித் தொல்காப்பியத்தைப் பயின்ற மாணவர் சிலர் சில நூற்பாக்களையே சேர்த்து இருக்கலாம்.

இரண்டு: தொல்காப்பியம் என்பது தனிப்பட்ட ஒருவரால் எழுதப்பட்டது என்பதைவிடக் காலப்போக்கில் சில சிந்தனைப் போக்குகளை வளர்த்துக் கொண்டுவரும் ஓர் இலக்கணக் கோட்பாட்டினரின் கூட்டுமுயற்சியால் உருவான ஒன்றாக இருக்கக் கூடும்.

இவ்வாறாக மேலே சுட்டப்பெற்ற பல்வேறு அறிஞர்களின் கருத்துகளையும் சிந்தனைப் போக்குகளையும் விரிவாக ஆராய்ந்த செ.வை.சண்முகம் (1989) முன்வைக்கும் கருத்து ஆழ்ந்த பார்வைக்குரியது. அது வருமாறு:

தொல்காப்பியத்தைப் பார்க்கும்போது அவர் காலத்தில் பலவித நூலாக்க முயற்சிகள் நடைபெற்றதும் பலதுறை அறிஞர்கள் இருந்திருக்கிறார்கள் என்ற உண்மையும் புலனாகின்றன. இந்நிலையில் தொல்காப்பியம் என்ற மொழி அறிவியல் இலக்கிய அறிவியலில் (இலக்கியவியலில்) இருந்து எழுந்தது என்பது இயல்பாக ஏற்றுக்கொள்ளக் கூடியதே. அதாவது தமிழ்ச் சமூகத்தில் தமிழ் ஆராய்ச்சி முளைத்துப் பெரிய மரமாக வளர்ந்துவிட்டதையே தொல்காப்பியம் நேரடியாகவும் குறிப்பாகவும் காட்டுகிறது.

இந்தக் கருத்துரையில் இரண்டு செய்திகள் சுட்டத்தக்கவை. ஒன்று: தொல்காப்பிய உருவாக்கத்திற்கு அதற்கு முந்திய காலத்து இலக்கியங்கள் அடிப்படையானவை. இரண்டு: தொல்காப்பியர் காலத்தில் 'தமிழ் ஆராய்ச்சி பெரிய மரமாக வளர்ந்துவிட்டது' என்ற தொடரில் உள்ள 'தமிழ் ஆராய்ச்சி' என்பது. இதனைத் தமிழிலக்கிய, தமிழிலக்கண, பண்பாட்டு மரபு சார்ந்த ஆராய்ச்சி என்பதாகப் பொருள் கொள்ள முடியும். அப்படியென்றால் இந்த வளமான இலக்கியங்கள் தொல்காப்பியத்திற்கு முன்னர் எந்தச் சமூக அமைப்பில் தோற்றம் பெற்றன? அங்கு வாழ்ந்த சமூக மக்களின் பண்பாட்டு, அரசியல் பின்புலங்கள் எத்தகையவை? இம்மக்களுக்கும் முன்னர் வாழ்ந்த முன்னோர்கள் வழங்கிய

இலக்கியக் கொடையின் தன்மை எத்தகையது என்பவை விரிவான ஆய்வுகளுக்குரியவை.

தொல்காப்பியம் என்பது ஓர் ஆலமரம் எனக் கொண்டால் அதன் விதை நிலை நோக்கியும் விழுது நிலை நோக்கியும் எதிர் எதிர் திசைகளில் பயணிக்க வேண்டிய தேவை ஏற்படும். விண்ணை முட்டி விழுதுகள் பரப்பி உயர்ந்து நிற்கும் ஆலமரம் ஒரு சிறு விதையிலிருந்து உருவானதுதான் என்பதை உணர வேண்டும்.

ஆலமரம் விதையிலிருந்து முளைவிடும். முளை செடியாகி, செடி குறு மரமாகி, கிளைகள் பரப்பிப் பூத்துக் காய்த்துக் கனிகள் தோன்றி, விழுதுகள் விட்டு அகன்று பரவி அடிமரம் பட்டு விழுதுகள் தாங்கி நிற்கும். விழுது பரப்பி நிற்கும் ஆலமரத்தைப் பார்க்கும்போது இவ்வளர்ச்சி நிலை யாவும் நினைவிற்கு வருதல் வேண்டும். ஆக இப்பரிணாம வளர்ச்சியில் கவனத்துள் கொள்ள வேண்டியவை:

விதை நிலை & முளை நிலை & செடி நிலை & மர நிலை & இழந்தனவும் & ஏற்றனவும் (கிளைகள் பற்றியவை) & விழுதுகள் பரப்பிய நிலை & என்ற இந்த நிலைப்பாடுகள் ஆலமர வரலாற்றை அறிவதற்குத் துணைபுரிவனவாகும்.

இவ்வாறே தொல்காப்பியம் என்னும் பனுவலையும் ஆராய்ந்து பார்க்க முடியும். தொல்காப்பியம் பனுவலாக உருவாக்கம் பெறுவதற்கு முன்பு அதன் கருத்தியல்கள் வாய்மொழி வழக்காறாகவோ அல்லது வேறு வடிவிலோ தோற்றம் பெற்றிருக்க வேண்டும். அவ்வாறான கருத்தியலின் காலத்தை உறுதிப்படுத்த இயலாது என்றே கூற வேண்டி உள்ளது. வரலாற்றுக் காலத்திற்கும் முன்பாகவே தொல்காப்பியக் கருத்தியலுக்கான சமூக நிகழ்வுகள் உருப்பெற்றுவிட்டன. சான்றுக்குக் களவியல் இலக்கண வரையறைக்கான சமூக நிகழ்வுகளைக் கூற முடியும். வேறு வேறு குலங்களை அல்லது குடிகளைச் சேர்ந்த ஆணும் பெண்ணும் களித்துக் காதல் கொண்டு உடன்போக்கு மேற்கொள்வதாக இவ்வழக்காறு இருந்துள்ளது. அல்லது ஆண் ஒருவன் தன் உறவினருடன் சென்று வேறு குழுவில் உள்ள பெண்ணைக் கடத்தி வந்து மணமுடித்த சமூக வழக்காறிலிருந்து களவியல் கருத்தியல்கள் தோற்றம் பெற்றிருக்க வேண்டும்.

இவ்வாறான புராதனச் சமூக வழக்காறுகளில் இருந்து களவுப் பாடல்கள் தோற்றம் பெற்றுள்ளன. இப்பாடல்கள் யாவும் தொடக்கத்தில் வாய்மொழிப் பாடல்களாகப் பாடியதற்கே வாய்ப்புகள் மிகுதி. வாய்மொழிப் பாடல்களைப் பாணர் மரபினர் கையேற்றுப் பாடினராதல் வேண்டும்.

பாணர் மரபு வாய்மொழிப் பாடல்கள் தமிழ் நிலம் தோறும் பரவிய நிலையில் அவற்றிற்கான குறு இலக்கண வரையறைகள் தோன்றியிருக்க வாய்ப்பு உண்டு. இவ்வாறான வரையறைகளே தொல்காப்பியத்தில் என்ப, என்மனார் எனும் மொழி வழியே குறிக்கப்பெற்றிருக்க வேண்டும். எழுத்து மரபு தமிழில் தோன்றிய பிறகு இலக்கண ஆக்கம் உருப்பெற்றிருக்க வேண்டும். இவற்றுடன் புலவர் மரபு தோற்றத்தையும் உடன் வைத்து எண்ணுதல் வேண்டும்.

இவற்றையெல்லாம் கடந்து வந்த பின்னரே வரலாற்றுக் காலத்தில் தொல்காப்பியம் தோன்றி இருக்க வாய்ப்புள்ளது. ஆகத் தொல்காப்பியத்தின் காலத்தை ஆராய்வதற்கு முன்னர்த் தொல்காப்பியத்திற்கும் முன்பு உள்ள காலத்தையும் சமுதாயத்தையும் சமுதாய வழக்காற்றையும் உடன் வைத்து ஆராய்தல் தேவை ஆனதாகும்.

தொல்காப்பியக் கருத்தியலின் தோற்றம் பற்றிய செய்தி களைப் பின்வருமாறு வரிசைப்படுத்த முடியும்.

1. தமிழரின் புராதன சமூக அமைப்பில் தொல்காப்பிய இலக்கண வரையறைகளுக்கான சில முதன்மை நிகழ்வுகள் தோன்றியுள்ளன. அவை சமூக நிகழ்வுகளாகவும் வழக்குப் பெற்றிருக்க வேண்டும்.

2. அவ்வாறான நிகழ்வுகளை மையமிட்ட வாய்மொழி வழக்காறுகள் அடுத்த நிலையில் உருப்பெற்றிருக்க வேண்டும். நிகழ்வுகளின் தாக்கம் அடிப்படையில் வழக்காறுகள் தோன்றிப் பரவிட வாய்ப்புண்டு.

3. வழக்காறுகள் வாய்மொழிப் பாடல்களாக உருப்பெற்ற நிலையில் அவை மக்களிடையே வரவேற்பைப் பெற்றிருக்க வேண்டும்.

4. வாய்மொழிப் பாடல்கள் உள்ளிட்டவை மக்கள் வரவேற்பைப் பெற்ற நிலையில் பாணர்களால் கையேற்கப் பெற்று அவை தமிழ் மண்ணில் பரவி இருக்க வேண்டும்.

5. வாய்மொழிப் பாடல்களின் செல்வாக்கும் காலம் செல்லச்செல்லச் சில மரபுக்கூறுகளை உருவாக்கி இருக்க வேண்டும். இம்மரபுக் கூறுகளே பின்னாளில் இலக்கண வரையறைகளாக மாறியிருக்க வேண்டும்.

6. இடைப்பட்ட தமிழ்ச் சமூக வரலாற்றில் தோன்றிய மாற்றங்களையும் கணக்கில் கொள்ளுதல் வேண்டும். ஆநிரை வளர்ப்பும், வேளாண்மை கண்டுபிடிப்பும்,

உலோகக் கண்டுபிடிப்பும் தமிழ்ச் சமூகத்தை அடுத்த தளத்திற்கு நகர்த்தி உள்ளன.

7. இவ்வாறான வரலாற்றுச் சூழலில் தமிழ் எழுத்து உருவாக்கமும் புலவர் மரபு உருவாக்கமும் பெரிதும் கருத்தைக் கவர்வனவாக உள்ளன.

8. இவற்றின் ஊடே தமிழ் என்ற இன, நில, மொழி, எல்லை உருவாக்கங்களைப் பேரரசு உருவாக்கத்துடன் இணைத்து இனம் காண வேண்டி உள்ளது.

9. அகண்ட தமிழகத்திற்கான மொழி இலக்கண வரையறைகளை மேலே கூறப்பெற்ற பாணர் மரபு வழக்காற்றிலிருந்து தோன்றிய மரபுகள் வழங்கி இருக்க வேண்டும்.

10. இவற்றை உள்ளடக்கிய நிலையில் உருவானதே தொல்காப்பியம் என்று முடிவு கூறிட முடியும்.

II

தொல்காப்பியர் தம் காலத்திற்கு முந்தைய இலக்கண இலக்கிய வழக்காறுகளை அடிப்படையாகக் கொண்டே தம் இலக்கண நூலை உருவாக்கி இருக்க வேண்டும் என்பதில் கருத்து வேற்றுமை இருக்கக் கூடாது. தொல்காப்பியர் காலத்திற்கு முந்தைய வழக்காறுகள் எவை என்பதைத் திட்டவட்டமாக வரையறுக்கப் போதுமான சான்றுகள் இல்லை. என்றாலும் தொல்காப்பியருக்கு முன்பு பன்னெடுங்கால நீட்சிமையில் இலக்கண இலக்கியச் சிந்தனை மரபு உருப்பெற்றுப் பரிணமித்து இருக்க வேண்டும் என்பது சரியானதாகும். இச்சிந்தனை மரபிலிருந்து தொல்காப்பியர் எவற்றைப் பெற்றார் எவற்றைச் சேர்த்தார் எவற்றை நீக்கினார் என்பன விடையறியா வினாக்களாகும். என்றாலும் ஒருசில சான்றுகள் கருத்தியல் பரிணாம வளர்ச்சியை வெளிப்படுத்தி உள்ளன என்று கூறமுடியும்.

ஆயர் வேட்டுவர் ஆடுஉத் திணைப்பெயர்
ஆவயின் வரூஉம் கிழவரும் உளரே (23)

எனும் நூற்பா தொல்காப்பியரின் வரிசைத் தேர்வு முறையை வெளிப்படுத்துவதாக அமைந்துள்ளது. ‘ஆயர் வேட்டுவர் கிழவர் ஆடூஉத் திணைப் பெயர்’ என்ற நூற்பா ஆக்கமே பொருள் செறிந்ததாக இருக்க ‘ஆவயின் வரூஉம் கிழவ்ரும் உளரே’ என்று பிரித்துக் கூறியதற்குக் காரணம் உண்டு. ஆயர் வேட்டுவர் ஆடூஉத் திணைப் பெயர் என்பது தொல்காப்பியர் காலத்திற்கு முன்பு வழக்கிலிருந்த பெயர்களாகும். ‘ஆவயின் வரும் கிழவரும்

உளரே' என்பது தொல்காப்பியர் காலத்தில், சமகாலத்தில் வழக்கிலிருந்த பெயராகும்.

இந்நூற்பா ஆக்கம் மூலம் இரண்டு செய்திகள் புலனா கின்றன. ஒன்று: ஆயர் வேட்டுவர் ஆகிய திணை நிலைப் பெயர்கள் முறையே முல்லை குறிஞ்சிச் சமூக அமைப்பையும் கிழவர் மருதச் சமூக அமைப்பையும் குறியீடுகளாக வெளிப்படுத்தி யுள்ளன. இரண்டு: முல்லை, குறிஞ்சித் திணைக் கோட்பாடுகள் தொல்காப்பியர் காலத்திற்கு முன்பே வழக்கில் இருந்த சிந்தனை மரபுகளாகும். தொல்காப்பியர் மருத நிலச் சமூக அமைப்பில் வாழ்ந்ததால் அவர் காலத்தில் வழக்கில் இருந்த 'கிழவர்' எனும் திணைப்பெயரையும் இணைத்து நூற்பா யாத்திருக்க வேண்டும். இந்த இரண்டு கருத்துகளின் அடிப்படை யில் பெறப்படும் முதன்மை வாய்ந்த செய்தி ஒன்று உண்டு. அது வருமாறு: முல்லை, குறிஞ்சி முதலியன வெறும் பாவியல் கோட்பாடுகள் மட்டும் அல்ல. அவை தமிழர் சமூகப் பரிணாம வளர்ச்சியில் உருவான காதல் பாடுபொருள்கள். சங்க காலத்திற்கும் முன்பு தமிழகத்தில் நிலவிய சமூக அமைப்பிலிருந்து காலந்தோறும் ஒவ்வொன்றாகப் பரிணமித்திருக்க வேண்டும்.

குறிஞ்சி, முல்லை, மருதம், நெய்தல் என்ற வரிசை முறை, மனிதச் சமூகப் பரிணாமத்தின் வரிசை முறையாகக் கொண்டு அதன் அடிப்படையில் சங்க அகப் பாடல்களைப் புரிந்து கொள்வதும் ஆராய்வதும் சிறப்பு மிக்கதாகும். இந்த வரிசை முறையில் அகவயப்பட்ட இலக்கண வரிசை முறையாகத் தொல்காப்பியருக்கு முன் உள்ள சிந்தனை மரபை அவர் பின்பற்றி இருக்க வேண்டும். எனவேதான் தொல்காப்பியர்,

> ஆயர் வேட்டுவர் ஆடூஉத் திணைப்பெயர்

எனத் தனியே கூறி அதன் பின்னர் முல்லை, குறிஞ்சிச் சமூகத்திற்கு அடுத்த பரிணாமச் சமூகமாகிய மருதத்திணைப் பெயரை 'ஆவயின் வரூஉம் கிழவரும் உளரே' என்று தனியே கூறி இருக்க வேண்டும். முல்லை குறிஞ்சி என்று முல்லை முதலில் இடம்பெற்றமைக்கு முல்லைச் சமூக காலத்தின் சமூக அரசியல் காரணமாகலாம். நெய்தல், பாலைத் திணைப் பெயர்கள் இலக்கண வரையறைகளைப் பெற்றிருக்கவில்லை என்பதைத் தொல்காப்பியர் அடுத்து வரும்

> ஏனோர் மருங்கினும் எண்ணுங்காலை
> ஆனா வகைய திணைநிலைப் பெயரே

என்ற நூற்பா வழித் தெரியப்படுத்தியுள்ளார். எனவே தொல்காப்பியரின் இலக்கணச் சிந்தனைகள் குறிஞ்சி, முல்லை, மருதம், நெய்தல் என்ற வரிசையில் வேட்டை, ஆநிரை,

வேளாண்மைச் சமூகத்தை அடியொற்றி வரிசைப்படுத்தப் பட்டிருக்கலாம் என்ற கருதுகோளைச் சமைக்க வாய்ப்புள்ளது.

தொல்காப்பியர் காலத்திற்குப் பின்பு தொல்காப்பியப் பனுவலில் பல்வேறு மாற்றங்கள் நிகழ்ந்துள்ளதையும் அறிய முடிகின்றது. இம்மாற்றங்களை இரண்டு வகையில் அறியமுடியும்.

1. புறநிலை மாற்றங்கள்

2. அகநிலை மாற்றங்கள்

புறநிலை மாற்றங்கள் என்னும்போது தொல்காப்பியப் பனுவலில் மாற்றம் நேராது கருத்தியலில் நேர்ந்த மாற்றங்களைச் சுட்ட முடியும். சான்றாகக் கைக்கிளைத் திணையை எடுத்துக் காட்ட முடியும்.

தொல்காப்பியர் கைக்கிளை அகத்திணை ஏழனுள் ஒன்று எனக் குறிப்பிடுவார். ஆனால் கைக்கிளை தொல்காப்பியர் காலத்திற்குப் பின்பு பல்வேறு மாற்றங்களைப் பெற்றுள்ளதை அறிய முடிகின்றது. புறநானூற்றுக் காலத்தில் கைக்கிளை புறத்திணை மரபாகக் கொள்ளப்பட்டுள்ளது. புறநானூற்றில் இடம்பெறும் நக்கண்ணையார் பாடல்கள் (83, 84, 85) கைக்கிளைத் திணையைச் சேர்ந்தவை. ஆண்பாற் கைக்கிளை எனத் தொல்காப்பியர் வரையறுத்ததற்கு மேலாகப் பெண்பாற் கைக்கிளை எனும் பிரிவு தோன்றுவதற்கும் கலித்தொகை கைக்கிளையை அகமரபில் (குறிஞ்சித் திணையில்) ஒன்றாகக் கருதுவதற்கும் புறநானூற்றுப் பாடல்களே காரணமாகியிருக்க வேண்டும்.

இவற்றை ஒட்டிப் புறப்பொருள் வெண்பாமாலை கைக்கிளையைப் புறமரபில் வைத்து எண்ணியது. பிற்காலத்தே நம்பி அகப்பொருள் கைக்கிளையைத் தனித்த திணை மரபு எனும் நிலையிலிருந்து நீக்கி இயற்கைப்புணர்ச்சி எனும் கைகோள் மரபின் முன் ஒட்டு என்பதாக வரையறை செய்தது.

ஆகத் தொல்காப்பியர் கைக்கிளையை அகத்திணை ஏழினுள் ஒன்றாகக் கூறப் பின்நாளில் அது புறமாகவும் மீண்டும் அகமாகவும் பின்னர் கைகோள் மரபாகவும் மாற்றம் பெற்றுள்ளதை அறிய முடிகிறது.

இவ்வாறான மாற்றங்கள் தொல்காப்பியப் பனுவலுக்குப் புறத்தே நிகழ்ந்தவையாகக் கொள்ள முடியும்.

தொல்காப்பியப் பனுவலுக்கு அகத்தே நிகழ்ந்த மாற்றங் களும் பலவாகும். களவியல் இலக்கண அமைப்பில் ஏற்பட்ட மாற்றங்கள், நால்வருணச் செய்திகளின் சேர்க்கை முதலியவற்றைச் சான்றுகளாகக் கூற முடியும். அகத்திணை மாந்தரிடையே நேரும்

பிரிவுகளுள் ஓதற்பிரிவு இடம் பெற்றமை, பால்வரைத் தெய்வத்தின் அதாவது ஊழ்வினையால் காதலர் சந்தித்தல், காதலர்க்குரிய பத்து வகையான பொருத்தப்பாடுகள் முதலியவற்றைக் கூற முடியும்.

இதேபோல் களவியலின் நான்கு கூறுகளுள் இடந்தலைப்பாடு, பாங்கற்கூட்டம் ஆகியவற்றிற்கான இலக்கண வரையறைகள் வீழ்ந்தமையையும் கூறுதல் வேண்டும். இவையாவும் தொல்காப்பியப் பனுவலின் அகத்தே நிகழ்ந்த மாற்றங்கள் ஆகும்.

இம்மாற்றங்கள் பற்றிய விரிவான விளக்கங்களை இலக்கண உருவாக்கம் (செ.வை. சண்முகம் 1994) எனும் நூலில் காணமுடியும். ஆய்வாளர் பயன் கருதி அக்கருத்துகள் சுருக்கமாக இங்கே இடம்பெற உள்ளன. அவை வருமாறு:

தொல்காப்பியப் பனுவலில் ஏற்பட்ட மாற்றங்களுக்குரிய காரணிகளைப் பின்வருமாறு வரிசைப்படுத்த முடியும்.

1. இடைவீழ்ச்சி
2. இடைப்பிறழ்ச்சியும் பாடபேதமும்
3. ஒன்றாக்கல் / பலவாக்கல்
4. இடைச்செருகல்

என்பன அவை ஆகும்.

தொல்காப்பியப் பனுவலைப் பெயர்த்து எழுதும் அறிஞர்கள் காலப் பழமையான ஏடுகளை எடுத்து எழுதும்போது சில ஏடுகள் அல்லது ஓலைகள் முன்பே வீழ்ந்திருக்க, அது அறியாமல் எழுதி இருக்கக்கூடும். இவ்வாறான வேளைகளில் பொருள் தொடர்ச்சி அற்றுப்போக வாய்ப்புண்டு. இதனை உணர்ந்திருந்த பழைய உரையாசிரியர்கள் “காலப் பழமையாற் பெயர்த்து எழுதுவார் வீழ எழுதினார் போலும்” என்று உரை எழுதினர். வீழ எழுதினார் என்பதைப் பாட ஆராய்ச்சியில் ‘இடை வீழ்ச்சி’ என்பதாக வ.சுப. மாணிக்கனார் (1984) முதலியோர் சுட்டியுள்ளனர்.

இடைப்பிறழ்ச்சி என்பது ஓர் இடத்தில் அல்லது ஓர் இயலில் இடம்பெற வேண்டிய ஒரு நூற்பா வேறோர் இயலில் இடம் பெறும் நிலையைக் குறிப்பதாகும். சான்றாக ‘எல்’ என்ற சொல் எடுத்துக் காட்டப்படும். இதேபோல் முற்றுவினை பற்றிய நூற்பா எச்சவியலில் இடம் பெற்றுள்ளது. இந்நூற்பாவைத் தெய்வச் சிலையார் வினை இயலில் இருப்பதுதான் பொருத்த மானது எனக் கொண்டு இடைப்பிறழ்ச்சி செய்து உரை எழுதி

இருப்பார். இதேபோல் உரைப் பகுதியிலும் இடைப்பிறழ்ச்சி நேர்வது உண்டு. கற்பியல் முதற் சூத்திர உரையில் இடம்பெறும் சில உரை வரிகள் வேறொரு பகுதிக்கு உரிய உரை இங்கே மாறி வந்துள்ளது என்று ஆ. சிவலிங்கனார் விளக்குவர்.

பாடபேதம் என்பது நூற்பா அல்லது பாடல்களில் இடம் பெறும் எழுத்து அல்லது சொற்களின் வேறுபாட்டைக் குறிப்பிடும்.

ஓர் எழுத்து அல்லது ஒரு சொல் இருக்க வேண்டிய இடத்தில் அதுபோன்ற வேறொரு எழுத்து அல்லது சொல் தோன்றிப் பொருள் வேறுபாட்டிற்குக் காரணமாக அமைவது உண்டு.

ஒன்றாக்கல் அல்லது பலவாக்கல் என்பது ஒரு நூற்பாவை ஒன்றுக்கு மேற்பட்ட நூற்பாவாகப் பிரித்துப் பொருள் கொள்வது அல்லது இரண்டு நூற்பாக்களை ஒன்றாக இணைத்துப் பொருள் கொள்வது என்பதாக அறிஞர் விளக்குவர்.

தொல்காப்பியர் குறிப்பிடாத அல்லது தொல்காப்பியர் காலத்தில் வழக்கில் இல்லாத சில கருத்துகளைப் பிற்காலத்தார் தம் சமகாலத் தேவைக்காக நூற்பாக்களாக்கி இடையே சேர்த்து விடுதலை இடைச்செருகல் என்று கூறுவர். தொல்காப்பியத்தில் காணப்படும் நான்கு வகை வருணப் பாகுபாடு பற்றிய நூற்பாக்கள், மரபியலில் கூறப்பட்டுள்ள ஆறறிவு உயிர்கள் பற்றிய நூற்பாக்கள் முதலியன இடைச்செருகலே என்று சோமசுந்தர பாரதியார் (1942) வெள்ளை வாரணனார் (1957) முதலிய அறிஞர்கள் ஆய்ந்துரைப்பர்.

பின்னுரை

1. தொல்காப்பியம் தோன்றிய காலம் பற்றிய கருத்துகளில் ஒருமைத்தன்மை இல்லை.

2. கிருத்து பிறப்பிற்கு முன்பு தொல்காப்பியம் தோன்றியது என்றும் பின்பு தோன்றியது என்றும் இருவேறு கருத்துச் சூழல்கள் உருவாகி உள்ளன.

3. இவ்வாறான இருவேறு கருத்துகளுக்குப் பின்னணியில் உள்ள இலக்கிய அரசியல் பற்றி விரிவாக ஆராய வேண்டி உள்ளது. இவற்றிற்குப் பின்னே தொழிற்பட்ட தமிழ் x சமஸ்கிருத மொழி அரசியல் மிகு முதன்மை வாய்ந்தவை.

4. காலத்தைக் கிருத்துப் பிறப்பிற்கு முன்னாகவும் பின்னாகவும் கொண்டு செல்வதற்குரிய அகச்சான்றுகள் தொல்காப்பியப் பனுவலின் உள்ளேயே இடம் பெற்றிருப்பது பெரும் விவாதங்களைத் தோற்றுவித்துள்ளது.

5. இவ்வாறான சான்றுகள் பலவற்றையும் இடைவீழ்ச்சி, இடைப்பிறழ்ச்சி, இடைச்செருகல் ஆகியவற்றின் வழியே ஆராய்ந்து நிறுவும்போது தொல்காப்பியத்தின் காலத்தை உறுதி செய்ய வாய்ப்புண்டு.

6. தொல்காப்பியம் தமிழ்ச் சமூக வரலாற்றுக் கட்டத்தில் எப்போது தோன்றியிருக்க முடியும் என்பது பற்றி ஒருவாறு உய்த்துணர முடிகின்றது.

7. தொல்காப்பியம் மருதச் சமூக அமைப்பை நிகழ்கால அல்லது சமகாலப் பின்புலமாகக் கொண்டுள்ளதை உணர முடிகின்றது.

8. குறிஞ்சிச் சமூகமாகிய வேட்டைச்சமூக வழக்காறுகள் பலவும் தொல்காப்பியத்தில் இடைவீழ்ச்சியைப் பெற்றுள்ளன. இதனை அடுத்தடுத்து வரும் நூற்பகுதி விளக்க உள்ளது.

9. முல்லைச் சமூக அமைப்பு வழக்காறுகள் பலவும் மாற்றம் அடைந்து மருதச் சமூகத் தலைமைப் பண்பைப் பெற்றுள்ளதையும் அறிய முடிகின்றது.

10. முல்லைச் சமூக அமைப்பிற்குரிய ஆநிரை உடைமை வழக்காறுகள், ஏறுதழுவல், காதல் வாழ்க்கை முதலியன மாறி மருதச் சமூக அமைப்பைக் காதலர் பாடல்கள் விவரிக்கக் காணலாம்.

11. பெரும் கடல் வணிகம் பற்றிய குறிப்புகள் நெய்தற் பாடல்களில் இடம்பெறவில்லை. மீன்பிடி பரதவர் வாழ்க்கைப் பின்புலத்தில் மருதச் சமூகக் காதலர் வாழ்வே இடம்பெற்றுள்ளதை உணர முடிகின்றது.

12. களவு மணம் வீழ்ந்து கற்புமணம் உச்சம் பெறுதல், மணச் சடங்குகள், பெற்றோர் முதன்மை, கற்பு வாழ்க்கை, பரத்தைமை வாழ்க்கை, செல்வச் செழிப்பு வேளாண்மை வழிப் பெருகுதல், வறுமை செல்வம் முரண்பாடு, கொடை விருந்தோம்பல் ஈகை வலியுறுத்தப்படுதல் முதலான பல்வேறு வழக்காறுகள் மருதச் சமூக அமைப்பில்தாம் உச்சம் பெற்றுள்ளன. இவற்றையே ஒரோவழித் தொல்காப்பியம் மையப்படுத்தி உள்ளமையை உணர முடிகின்றது.

13. இவற்றின் காரணமாக மருதச் சமூக அமைப்பில் தொல்காப்பியம் உருவாக்கம் பெற்றிருக்கலாம் என்பதை உறுதிப்படுத்த முடியும்.

14. இக்கருத்தை உறுதிப்படுத்த ‘ஆயர் வேட்டுவர் ஆடூஉத் திணைப்பெயர் ஆவயின் வரும் கிழவரும் உளரே’ எனும் நூற்பாவிற்குக் கூறப்பட்ட விளக்கத்தை மீண்டும் நினைவு கொள்க.

15. மருதச் சமூக அமைப்பில் தொல்காப்பியப் பனுவல் முழுமை பெற்றாலும் அதன் கருத்தியல்கள், இலக்கண வரையறைகள் பலவும் அதற்கும் முன்பான குறிஞ்சி & வேட்டை; முல்லை & ஆநிரை உடைமைச் சமூக அமைப்பில் தோற்றம் பெற்றமையை நினைவில் கொள்ளுதல் வேண்டும். இவ்வாறான காலத்தைப் புதிய கற்காலம், பெருங்கற்படைக் காலம் என்பதாகக் கொண்டு தொல்காப்பியத்தின் காலத்தை நீட்டிக்க முடியும்.

16. தொல்காப்பியம் தோன்றிய பிறகு அது சோழர் காலம் வரை இடைப்பிறழ்ச்சி மூலமும் இடைச்செருகல் மூலமும் பல்வேறு மாற்றங்களைப் பெற்று வளர்ந்துள்ளமையை யும் கவனத்துள் கொள்ள வேண்டும்.

17. இவ்வாறான ஒரு நீண்ட கால வெளியில் தொல்காப்பியப் பனுவலில் ஏற்பட்ட மாற்றங்கள், வளர்ச்சிகள், இடைவீழ்ச்சிகள் ஆகியவற்றை விவரிப்பதே இந்நூலின் நோக்கமாகும். இதுவே ‘நெடும்பயணம்’ எனும் பெயரை யும் பெறுகின்றது.

நெடும்பயணம் 1

தொல்காப்பியக் களவியல்

அழிவும் ஆக்கமும்

தொல்காப்பியர் அகப்பொருள் மரபுகள் இவைஇவை என வகை தொகை செய்து கூறியதாகத் தெரியவில்லை. ஆயின் தொல்காப்பியச் செய்யுளியல் இவ்வகை தொகை பற்றி ஒருவாறு எடுத்து மொழிந்துள்ளது. 'திணையே கைகோள் கூற்று வகை யெனாஅ' எனத் தொடங்கும் நூற்பா அகப்பொருள் மரபுகளைப் பட்டியலிடக் காணலாம். இம்மரபுகளுள் முதன்மை மரபாகக் கருதத்தக்கது கைகோள் மரபு ஆகும். கைகோள் களவு, கற்பு என இருவகைத்து. இரண்டும் இருவேறு வாழ்க்கை முறையை அடிப்படையாகக் கொண்டவை. களவியல் என்பது புராதன தமிழ்ச் சமூகத்தின் காதல் நிலையை வரையறை செய்துள்ளது. கற்பியல் என்பது பிற்காலத்து நிலவுடைமைச் சமூக அமைப்பில் பெற்றோர் இசைவு மணமாகப் பரிணாமம் கொண்டது. மிகப் பின்னாளில் களவியல் என்பது வெறும் இலக்கிய வழக்கு என்றும் சமூக நடைமுறை உடையது அன்று என்றும் விவாதிக்கப் பெற்றது. இதன் பின்னாகிய நாட்களில் களவியல் என்பது கற்பு வாழ்க்கையின் முன் ஒட்டாகக் காப்பியங்களில் பாடப்பெற்றது.

களவு வாழ்க்கை எனும் ஒரு சமூக நடைமுறை வாழ்க்கை இலக்கியமாகிய பின்பு இலக்கணமாக உருமாறிப் பின்னர் வெறும் இலக்கியமாக மட்டும்

பார்க்கப்பெற்ற இலக்கியப் பார்வையின் பின்னணியில் உள்ள இலக்கிய அரசியலை ஆராய்வதே இப்பகுதியின் நோக்கமாகும்.

புராதனச் சமூகஅமைப்பும் களவுமணத் தோற்றமும்

களவியல் பற்றிய இலக்கண வரையறைகளைத் தொல்காப்பியம் எவ்வாறு பதிவு செய்துள்ளது என்பதை அறிவதற்கு முன்பு களவு வாழ்க்கை என்றால் என்ன என்பதைப் பற்றிய செய்திகளை அறிய வேண்டி உள்ளது.

உலகெங்கிலும் உள்ள பழைய சமூகங்களை ஆராய்ந்த மானிடவியல் அறிஞர்கள் புறமண உறவு, அகமண உறவு எனும் இரண்டு மண உறவுகள் பற்றிய கருத்துகளை ஆராய்ந்துள்ளனர். இந்த மண உறவுகளை அறிவதன் மூலம் களவுமணம் பற்றிய புரிதல் கூடுதலாகும். பழைய சமூகத்தின் தொடர்ச்சியாக வரும் சில சமூகங்கள் இடையே உள்ள திருமணத்தின் ஒரு வடிவத்தை மாக்லென்னான் விரிவாக ஆராய்ந்துள்ளார். பாஹோஃபென்னிற்குப் பிறகு மணவடிவங்களை ஆராய்ந்தோரில் மாக்லென்னான் குறிப்பிடத்தக்கவராக விளங்குகிறார் என்று எங்கெல்ஸ் கருதுவர். மாக்லென்னான் கருத்துப்படி மணமகன் தனியாகவோ தோழர்களுடனோ சென்று மணப்பெண்ணை வன்முறை வழித் தூக்கி வருவதாகப் பாவனை செய்ய வேண்டும். இது திருமணத்தின்போது ஒரு சடங்காக நிகழ்த்தப்பட்டது. இவ்வாறான ஒரு சடங்கு பழங்காலத்தில் இருந்த உண்மை நடைமுறை வழக்கிலிருந்து தோன்றி இருக்க வேண்டும். இவ்வழக்கத்தின்படி ஓர் இனக்குழுவைச் சேர்ந்த ஆடவர் மற்ற இனக்குழுவைச் சேர்ந்த பெண்களைக் கடத்தி வந்து மனைவியாக்கிக் கொண்டனர். இப்படியான ஒரு குழுவிற்குப் புறமணக்குழு என்று மானிடவியலார் பெயரிட்டனர். இன்னும் சில குழுவினர் தம் குழுவிற்கு உள்ளேயே பெண்களைத் திருமணம் செய்துகொண்டனர். இக்குழுவை அகமணக்குழு என்றழைத்தனர். புறமண முறை இனக்குழுவினர் தம் மனைவியரை மற்ற இனக்குழுவிலிருந்துதான் பெற முடியும். ஆனால் தொல் காலத்தில் இனக்குழுக்களுக்கு இடையே எப்போதும் போர் நடைபெற்றுக் கொண்டிருப்பதே பண்பாடாக இருந்தது. இதனால் மற்ற இனக்குழுவிலிருந்து பெண்களைப் பெறுவதற்கு வன்முறையில் பெண்களைக் கடத்திச் செல்வதுதான் வழியாக அமைந்தது.

புறமண முறை, அகமண முறை ஆகியவற்றை விரிவாக ஆய்வு செய்த எங்கெல்ஸ், மெக்லென்னான் கருத்தை, மார்கன் கருத்து வழியே மறுத்துள்ளதையும் இங்குச் சுட்டுதல் வேண்டும். புறமண முறையும் அகமண முறையும் ஒன்றுக்கொன்று எதிரானவை அல்ல என்பதை விளக்கும் எங்கெல்ஸ் இருமண

முறையுமே இருவேறு இனக்குழுக்களுக்கிடையே நடைபெறுவது இல்லை; ஒரே இனக்குழுவில் உள்ள பல்வேறு குலங்களுக்கு இடையே நடைபெறுவது என்று கூறினர். குலங்களை நோக்கப் புறமணமாகவும் இனக்குழுவை நோக்க அது அக மணமாகவும் இருப்பதை நிறுவினார். மேலும் எங்கெல்ஸ் ஒரு குலத்திலிருந்து இன்னொரு குலத்திற்குப் பெண்களைக் கடத்திச் சென்று திருமணம் செய்துகொள்வது என்பதற்கும் இரத்த உறவுமுறை புணர்ச்சி, முறைகேடான புணர்ச்சி என்பதற்கும் தொடர்பு இருப்பதை விவரித்துள்ளார்.

ஆதியில் சகோதரனும் சகோதரியும் கணவன் மனைவியாக வாழ்ந்தது மட்டுமல்ல; பெற்றோர்களும் பிள்ளைகளும் கணவன் மனைவியாக வாழ்ந்துள்ளனர். இதனை வரன்முறையற்ற புணர்ச்சி என்று கூறுவர். இதனை அடுத்துத் தோன்றிய மணவடிவம் இரத்த உறவுக்குடும்பம் எனப்படும். இது குடும்ப அமைப்பின் முதல் கட்டம் ஆகும். இந்த குடும்ப அமைப்பில் பெற்றோருக்கும் பிள்ளைகளுக்கும் இடையேயான உறவு தடைசெய்யப்பட்டிருந்தது. குடும்பம் என்ற வரம்புக்குள் அடங்கிய எல்லாத் தாத்தாக்களும் பாட்டிகளும் கணவன் மனைவி ஆவார்கள். இவர்களுக்குப் பிறக்கும் குழந்தைகளும் (தந்தையும், தாயும்) கணவன் மனைவி ஆவார்கள் (இவ்வாறு தாத்தா – பாட்டி, தந்தை – தாய், சகோதரன் – சகோதரி, பேரன் – பேத்தி ஆகியோர் கணவன் மனைவி ஆனார்கள்). குடும்பத்தில் உள்ள ஒவ்வொரு சகோதரனும் சகோதரியை மணந்துகொள்ள முடியும் (எங்கெல்ஸ், 1884).

இதனைத் தொடர்ந்து குடும்ப அமைப்பில் ஏற்பட்ட அடுத்த கட்ட வளர்ச்சியை அல்லது இன்னும் ஒரு படிநிலையைப் பூனலூவா என்றழைத்தனர் மானிடவியலார். இதன்படி சகோதரன் – சகோதரி மணஉறவு விலக்கப்பெற்றது. ஒரு குழுவில் உள்ள சகோதரர்கள் இரத்த உறவு அற்ற வேறொரு குழுவில் உள்ள சகோதரிகளை மணந்துகொண்டனர். பெற்றோர்க்கும் பிள்ளைகளுக்கும் சகோதரனுக்கும் சகோதரிக்கும் உள்ள மண உறவுகள் கொஞ்சம் கொஞ்சமாக விலக்கப்பெற்ற வரலாற்றை எங்கெல்ஸ் இவ்வாறே விவரித்துள்ளார்.

குடும்ப அமைப்பின் தோற்றுவாய்களை விளக்கி வரும் அறிஞர்கள் மேலே கூறப்பெற்ற மண வடிவங்களின் வளர்ச்சியில் இணைமண உறவு எனும் குடும்ப அமைப்புப் பற்றி விளக்கி இருப்பது கவனத்திற்குரியது.

இதற்கு முந்தைய குடும்ப வடிவங்களில் பெண்கள் பஞ்சம் ஆண்களுக்கு ஒருபோதும் ஏற்பட்டதில்லை. மாறாகத் தேவைக்கு

தொல்காப்பியம்

அதிகமாகவே பெண்கள் கிடைத்தார்கள். ஆனால் இப்போது பெண்கள் கிடைப்பது கடினமாகிவிட்டது. பெண்களைத் தேடிச் செல்ல வேண்டிய நிலை ஏற்பட்டது. எனவே, இணைமண முறையுடன் பெண்களை வன்முறைவழிக் கடத்திச் செல்வதும் பெண்களை விலைக்கு வாங்குவதுமான வழக்காறுகள் தொடங்கின (எங்கெல்ஸ். 1884).

மனித குடும்ப வரலாற்றில் இணைமண உறவுக் குடும்பம் என்பது தவிர்க்க இயலாததும் மிகு முதன்மை வாய்ந்ததுமாகிய அமைப்பு என்று கூற முடியும். இணைமண உறவு வழிச் சமூகத்தில் பின்வரும் நடத்தைப்பாடுகள் தோற்றம் பெற்றன.

1. பெண்களை விலைக்கு வாங்கி மணந்து கொள்வது. அல்லது பரிசம் கொடுத்து மணப்பது. அல்லது முலைவிலை தந்து மணப்பது. இது ஒரு மணவடிவம்.
2. வேறு இனப்பெண்களை வன்முறையாகக் கடத்தி வந்து மணந்துகொள்வது. தமிழ் மரபில் கடத்தி வந்து மணப்பது என்பது மகட்பாற் காஞ்சி அல்லது மகண் மறுத்து மொழிதல் என்பதாகப் பாடப்பெற்று இருப்பதைக் குறிப்பிடுதல் வேண்டும்.
3. முன்பின் அறியாத வேறு குலப்பெண்களைச் சந்தித்துக் காதல் கொண்டு மணம் புரிவது. ஆணும் பெண்ணும் விரும்பியபோதும் இனத்தின் நெறிமுறை தடை செய்தவழி அவர்கள் உடன்போக்கை மேற்கொண்டு மணம் புரிந்து கொள்வது.

ஆக இந்த மூன்று நிலைப்பாடுகளையும் இணைமண உறவின் நீட்சியாகப் பார்த்தல் நன்று. இந்த மூன்று நிலைப்பாடுகளின் இலக்கிய வடிவத்தையே பண்டைத் தமிழர் ‘களவியல்’ என்று அழைத்திருக்க வேண்டும்.

புராதனத் தமிழ்ச்சமூகத்தில் களவு வாழ்க்கை

பண்டைத் தமிழரின் களவு வாழ்க்கையைக் ‘களவியல்’ என்பதாகத் தொல்காப்பியம் சுட்டி உள்ளது. களவியலின் கூறுகளாக இயற்கைப்புணர்ச்சி, இடந்தலைப்பாடு, பாங்கற் கூட்டம், பாங்கியிற் கூட்டம் எனும் நான்கு வகைப்பாடுகள் சுட்டப்பெறுகின்றன. இவை நடுவண் ஐந்திணை வழியாக இலக்கியமாக உருப்பெறும் என்பது தொல்காப்பியர் கோட்பாடு. இவற்றோடு களவு வாழ்க்கையின் கூறுகளாக வன்முறைவழிப் பெண்களைக் கடத்தி வந்து மணந்து கொள்வதையும், உடன்போக்கு மணத்தையும் இணைத்து எண்ணுதல் வேண்டும். பெண்களை வன்முறைவழிக் கடத்தி வருவதை மகட்பாற்காஞ்சி எனும்

புறத்துறை வெளிப்படுத்தி உள்ளதை மீண்டும் இங்கே நினைவு கொள்ளுதல் வேண்டும்.

தொல்காப்பியர் குறிப்பிடும் பெருந்திணையின் ஒரு வகை யாகிய 'மிக்க காமத்து மிடல்' என்பதும் கடத்தல் மணத்தோடு தொடர்புடையது ஆகும். பெண்களைக் கடத்திச் செல்வதான ஒரு வழக்கு தமிழகப் பழங்குடியினர் பண்பாட்டில் ஒரு சடங்காகத் திகழ்வதை அறிய முடிகின்றது. இது பற்றி எட்கர் தர்ட்சன் (1907) விரிவாக விளக்கி உள்ளதை உணரமுடியும்.

கஞ்சம் மாவட்டத்தைச் சேர்ந்த கோண்டுகளிடம் பெண்களைக் கடத்திச் சென்று மணம் முடிக்கும் நிலை சடங்காக மேற்கொள்ளப் பெறுகின்றது. மணமகளைத் தாய்மாமன் தோளில் தூக்கி வர மணமகன் உறவினர் ஊர் எல்லையில் போர் புரிவது போலப் பாவனை செய்து மணமகளைக் கடத்திச் செல்வர். பின்னரே மணவிழா நடைபெறும். தமிழ்நாட்டிலுள்ள முதுவர் இனமக்களிடம் திருமண நிச்சயதார்த்தம் முடிந்த பின்பு மணமகன் மணமகளை வலுக்கட்டாயமாகத் தூக்கிச் செல்லும் வழக்கம் உள்ளது. மணமகள் விறகு பொறுக்கவோ தண்ணீர் தூக்கி வரவோ செல்லும் சமயங்களில் மணமகன் இவ்வாறு கடத்திச் செல்வான். கோயி என்ற இனத்தின் மணமகன் ஏற்றதொரு மணமகளைத் தேர்ந்தெடுத்த பின்னர்த் தம் பெற்றோருடனும் நண்பர்களுடனும் கூடி அவள் ஊர்த் தலைவனிடம் அன்பளிப்பு முதலியவற்றைத் தந்து அனுமதியைப் பெறுவான். பின்பு தக்க சமயம் பார்த்துத் தன் நண்பர்களுடன் கூடிச் சென்று மணப்பெண்ணைக் கடத்தி வந்து திருமணம் செய்துகொள்வான். ஊராளிகள் என்ற இனத்துத் திருமணத்தில் மணமகனுடைய ஊர்வலம் மணமகளுடைய இல்லத்தை அடைந்த உடன் இருபக்கத்து நபர்களும் சிறு போரினைப் போலியாக நடத்தும் வழக்கம் உள்ளது. இவர்கள் சண்டையிட்டுக் கொண்டிருக்கும்போதே மணமகன் மணமகளைக் கடத்திச் செல்வான். சவரர் என்ற இனத்தாரிடையே கடத்தல் மணம் விரிவாக நடத்தப் பெறுவதை அறிய முடிகின்றது. பெண் கேட்டுச் செல்வோரிடம் பெண்ணின் தந்தை உடனடியாகச் சம்மதம் தெரிவிப்பதில்லை. இரண்டு மூன்று முறை பெண் வீட்டிற்குச் செல்லுதல் வேண்டும். செல்லும்போதெல்லாம் பெண்ணின் தந்தைக்கும் உறவினர்களுக்கும் கள் வாங்கித் தருதல் வேண்டும். இறுதியில் மணமகன் தன் ஊரைச் சேர்ந்தப் பத்துப் பேருடன் மறைவாகக் காத்திருப்பான். தண்ணீர் எடுக்கவோ பிறவற்றிற்காகவோ அப்பெண் அவ்விடம் வரும்போது அவளைக் கடத்திச் செல்வான். கடத்தும்போது அப்பெண் கூச்சலிடுவாள். மணமகள் பக்கத்தைச் சேர்ந்தோர் திரண்டு வந்து அவளை மீட்கப்

போராடுவர். எனினும் மணமகன் அவளைக் கடத்திச் சென்று மணம் புரிந்து கொள்வான். இவ்வாறான வழக்காறுகளைப் பதிவு செய்துள்ள எட்கர் தர்ட்சன் (1907) பின்வருமாறு முடிவுரைப்பர்.

நாகரிக வளர்ச்சி பெறாத சமுதாயங்களில் பெண்களை வன்முறையில் கைப்பற்றிப் புணரும் வழக்கமே பெருவழக்கமாக இருந்துள்ளதை அறிய முடிகின்றது. காலப்போக்கில் இவ்வாறு கைப்பற்றுதலை நட்புணர்வுடன் மேற்கொண்டுள்ளனர். எனினும் அவ்வழக்கு சடங்கு என்ற வகையில் மேற்கொள்ளப்பெற்று வருகின்றது.

தொல்காப்பியம் குறிப்பிடும் மகட்பாற் காஞ்சியில் அமைந்த புறநானூற்றுப் பாடல்கள் இங்குக் கவனத்திற்குரியவை. தொல்குடியைச் சேர்ந்த தலைவர்களிடம் வேந்தர்கள் மகள் வேண்டி வருதலும் முதுகுடித் தலைவர்கள் மகள் மறுத்து மொழிதலும் அதனால் ஏற்படும் போர்களும் அழிவுகளும் இப்பாடல்களில் (புறம். 343, 345, 349) விரிவாக இடம் பெற்றுள்ளன. பெண் தர மறுப்பதும் போர் அழிவிற்கு இரங்குவதும் பாடல்களில் விரிவாக விளக்கம் பெறப் போருக்குப் பிந்தைய பெண்களைக் கவர்ந்து செல்லும் செய்திகள் இடம்பெறவில்லை என்பதும் குறிப்பிடத்தக்கது.

பெண் விரும்பாத போது கடத்தல் மணமாக நடைபெற்றது ஒருபுறம் நிற்க மறுபுறத்தில் விரும்பும்போது அது உடன்போக்கு மணமாக வடிவெடுத்தது. இந்த வழக்காற்றின் இலக்கிய வடிவமாகவே களவியல் பாடல்களைப் பார்க்க வேண்டி உள்ளது.

புறமணம் தொடர்பான செய்திகள் சங்க இலக்கியங்களில் பதிவாகி உள்ளதையும் அறிய முடிகின்றது. ஓர் இனக்குழு பல்வேறு குலங்களைப் பெற்றுத் திகழ்வது உண்டு என்று மானுடவியல் அறிஞர் கூறுவர். இக்குலங்களின் இடையேதான் புறமண உறவு நடைபெற்றிருக்க வேண்டும். தமிழ்நாட்டிலும் இவ்வாறான சாதிய அமைப்பு உண்டு என அறிஞர் கூறுவர். மதுரை, திருநெல்வேலி முதலிய பகுதிகளில் வாழும் தமிழ்ப் பணிக்கர் இனம் பல்வேறு குலங்களைப் பெற்றுள்ளது. குலங்கள் மூதில்லம், தோரணத்தில்லம், பள்ளிக்கில்லம், பஞ்சநாட்டில்லம், சோழிய இல்லம் என்றவாறு அழைக்கப் பெற்றுள்ளன (குணா. 1988). இக்குலங்கள் யாவும் புறமண உறவு உடையவை ஆகும். இவ்வாறான அமைப்பு கொங்கு வேளாளர் இனத்திலும் உண்டு என்பதைக் கிருட்டினசாமி (1983) மிக விரிவாக விளக்கி இருக்கிறார்.

சங்க இலக்கியங்களும் வேறுவேறு குலத்தைச் சேர்ந்தோர் மணம் செய்து கொள்வதை ஆங்காங்கே சுட்டிச் செல்வதை அறிய முடிகின்றது.

யாயும் ஞாயும் யாரா கியரோ
எந்தையும் நுந்தையும் எம்முறைக் கேளிர்
யானும் நீயும் எவ்வழி அறிதும்
செம்புலப் பெயல் நீர்போல
அன்புடை நெஞ்சந் தாம்கலந் தனவே (குறு. 40)

என்ற சங்கப் பாடல் வேறுவேறு குலத்தைச் சேர்ந்தோர் மணம் செய்து கொண்டதை விவரிக்கும். தமது தாயரைப் பற்றியும் தந்தையரைப் பற்றியும் தம்மைப் பற்றியும் முன்பின் அறிந்திராத இருவர் மணம் செய்து கொண்டது தெரிய வருகின்றது. ஒரே குலத்தைச் சேர்ந்தவராக இருப்பின் இப்பாடல் எழுப்பும் வினாக்களுக்கு வாய்ப்பில்லை என்றுதான் கூறுதல் வேண்டும்.

அகநானூற்றுப் பாடல் ஒன்றில் தலைமகன், தலைமகளையும் தோழியையும் பார்த்து 'மடநல்லீரே! பகலும் மறைந்தது; இரவு வந்தது; நானும் மிகச் சோர்வுடையேன்; அதனால் இன்று இரவு நுமது ஆரவாரம் மிக்க சிறுகுடியில் விருந்துண்டு தங்கிச் செல்ல இசைவீரோ' என்று வினவுகின்றான். தலைவியின் சிறுகுடியில் இரவு தங்கிச் செல்வதற்குத் தலைவன் இசைவு கேட்பதிலிருந்து அவன் அச்சிறுகுடியைச் சேர்ந்தவன் அல்லன் என்பது தெரிய வருகின்றது. இன்னுமொரு அகப்பாடல் (அகம். 110) 'சிறுகுடிப் பாக்கத்து மன்றத்திடத்தே பகற்பொழுதில் முருகனை ஒத்த அழகுடைய நீ வேட்டைநாய் பின்தொடர வருவையாயின் ஊரில் அலர் தோன்றும்' 'எனவே நீ வாரற்க' என்று தோழி தலைவனிடம் அவன் சிறுகுடிப் பாக்கத்திடத்தே வருவதை மறுத்துரைக்கின்றாள். அவ்வாறு தலைவன் பகற்பொழுதில் அவ்விடம் வருவதால் அலர் தோன்றும் என்பதிலிருந்து அவன் அப்பகுதிக்குப் புதியவன் என்பதும் புதியவனைக் கண்ட வழி அவன் யார்? எதற்காக வந்தனன் என்பதான அலர் தோன்றும் என்றும் மேல் பாடல் விளக்கி உள்ளது. இப்பாடலும் இருவேறு சிறுகுடியைச் சேர்ந்தோர் காதல் கொண்ட தன்மையை உணர்த்தி உள்ளது.

மேலும் ஓர் அகப்பாடல் (அகம். 272) தலைவியின் வீட்டில் திடுமென யாரும் அறியாது நுழைந்த தலைமகனை எதிர்ப்பட்ட தலைமகளின் தாய் அவன் அழகு கண்டு முருகன் என்று பிறழ உணர்ந்து பரவுதல் செய்வதை விளக்கி உள்ளது. தலைமகன் ஒரே சிறுகுடியைச் சேர்ந்தவனாக இருப்பின் அவனைத் தலைமகளின் தாய் அறியாமல் இருந்திருக்க இயலாது.

இத்தரவுகள் யாவும் சங்க அகப்பாடல்களிலிருந்து பெறப்பட்டுள்ளன. தலைவன், தலைவி காதல் உறவை விவரிப்பனவாக அமைந்துள்ளன. இக்காதல் மண வினையில் முடிய வேண்டும். ஆயின் தலைவனும் தலைவியும் ஒரே குடியை

அல்லது குலத்தைச் சேர்ந்தவர்கள் அல்லர். வேறு வேறு குடியினர்; குலத்தினர். தலைவியின் தமர் அறிந்திராத ஒருவனாகத் தலைவன் சித்திரிக்கப்படுகிறான். இந்நிலையில் இம்மண உறவு புறமண உறவாக வடிவம் கொள்ளக் காணுகிறோம்.

வேறொரு குழுவில் அல்லது குலத்தில் பெண்ணைக் காதலித்து மணத்தல் என்பதே களவியலாகத் தமிழிலக்கியத்தில் இடம்பெற்றுள்ளது. இவ்வாறான களவுமணம் பல நேரங்களில் சாத்தியப்படவில்லை. பெரும்பாலான மணங்கள் கடத்தல் மணங்களாக எளிதில் நிகழ்வது அன்று. அது ஒரு போராட்டம் ஆகும். அதனால் இன அழிவும் பல நேரங்களில் நிகழ்ந்துள்ளது. இத்தகு அழிவையே மகட்பாற்காஞ்சிப் பாடல்கள் வெளிப்படுத்தி யுள்ளன.

பெண் விரும்பாத போது நிகழும் கடத்தல் மணம் பெண் விரும்பும் போது களவு மணமாகப் பெற்றோர் அறியாதவாறு உடன்போக்கு மேற்கொண்டு நிகழும் மணமாக உருப்பெற்றது. உடன்போக்கு மணத்திலும் இடைச்சுரத்தே தலைவியின் தமர் போரிட்டுத் தலைவியை மீட்டு வந்தனராதல் உண்டு. இதிலும் போர் அழிவு உண்டு. உடன்போக்கிற்கு முன்பாகவே தலைவனின் தமர், ஊர்ப் பெரியோர் தலைவியின் சிறுகுடிக்குச் சென்று மணம் பேசி முடிப்பது உண்டு. இதனை ‘வரைவு உடன்படல்’ எனும் அகப்பொருள் கிளவி விளக்கி உள்ளது. தலைவியின் தமர் மணம் புரிய ஒப்புக்கொள்ளின் மணம் நிகழும். வரைவு உடன்படல் அல்லது வரைவு மலிதல் எனும் பொருண்மையில் சங்க இலக்கியம் இதனைப் பதிவு செய்யக் காணலாம். வரைவு மறுக்கப்படும்போது உடன்போக்கு நிகழும்.

மேற்கூறிய இவற்றைப் புராதன தமிழ்ச்சமூகத்தில் வழக்கில் இருந்த களவு வாழ்க்கையாகக் கொள்ளுதல் வேண்டும். கவர்ந்து வருதல், மறைந்து ஒழுகுதல் ஆகியன ‘களவு’ எனும் பொருண்மையைத் தருவன. எனவே ‘களவு வாழ்க்கை’ எனும் பெயர் தோன்றியிருக்க வேண்டும். களவு வாழ்க்கை முறையிலிருந்து ‘களவியல்’ சார்ந்த இலக்கியங்கள் உருப்பெற்றன. இவ்வாறான இலக்கியங்களை வரையறை செய்து உருவாக்கப்பட்டவையே ‘களவியல்’ இலக்கண வரையறை ஆகும்.

தொல்காப்பியக் களவியல்: அழிந்துபோன கருத்துகள்

பண்டைத் தமிழரின் காதல் வாழ்க்கையைத் தொல்காப்பியர் ‘அகப்பொருள்’ எனும் வகைப்பாட்டில் விளக்கி உள்ளதை அறிய முடியும். அகப்பொருள் என்பது திணை. கைகோள், கூற்று முதலான பிரிவுகளுள் அடங்கும். இவற்றுள், திணை, கைகோள், கூற்று மூன்றும் முதன்மையுடையன. ஏனைய

கேட்போர், களன், காலம் முதலியனவும் உவமை முதலாயினவும் மெய்ப்பாடும் துணை மரபுகளாகக் கொள்ளத் தகுவன. திணை என்பது பாடலின் பின்புலத்தை விளக்குவது. இது நிலம், காலம், கருப்பொருள் சார்பானது. கைகோள் என்பது காதற் பொருண்மை பற்றியது. காதல் தொடங்குவது முதலாக உள்ள நிகழ்வுகளைத் தொல்காப்பியர் களவியல், கற்பியல் எனும் இரு பிரிவுகளுள் அடக்கி உள்ளார். களவியல் நான்கு வகைப்படும் என்பதும் தொல்காப்பியர் கருத்தாகும்.

அவை

<blockquote>
காமப்புணர்ச்சியும் இடந்தலைப் படலும்
பாங்கொடு தழாஅலும் தோழியின் புணர்வுமென்று
ஆங்கநால் வகையினும் அடைந்த சார்பொடு
மறையென மொழிதல் மறையோர் ஆறே (தொல். செய். 179)
</blockquote>

காமப்புணர்ச்சி என்று கூறப்படுகின்ற இயற்கைப் புணர்ச்சி, இடந்தலைப்பாடு, பாங்கொடு தழாஅல் என்று கூறப்படுகின்ற பாங்கற் கூட்டம், தோழியின் புணர்வு என்று கூறப்படுகின்ற பாங்கியிற் கூட்டம் ஆகிய நான்கே களவு என்று களவியல் உணர்ந்தோர் கூறும் நெறியாகும் என்பது தொல்காப்பியர் கருத்தாகும்.

ஒரோ வழி இந்த நான்கு வகையானும் காதல் வாழ்க்கை நடைபெற்றிருக்க வேண்டும் என்றும் உய்த்துணர முடியும். புராதன சமூகத்தில் ஆண், பெண் இருவரும் தனியே எதிர்ப்பட்டு விருப்புற்றுக் காதல் வாழ்க்கையைத் தொடர்ந்திருக்க வாய்ப்புண்டு. தலைவன் தன் தோழன் துணையோடு ஒரு பெண்ணை அடைந்திருக்க வாய்ப்புண்டு. அதேபோல் தலைவியின் தோழியின் மூலம் தலைவியை அடைய வாய்ப்புண்டு. இவற்றின் வழியே நிகழ்ந்தவையாகக் களவு வாழ்வின் காதலைப் பொருள் கொள்ளுதல் இயலும்.

தொல்காப்பியம் இந்த நான்கையும் விரிவுபட விளக்கி உள்ளதா என்ற வினாவை முன்வைத்து ஆராயும்போது கிடைக்கும் விடை போதுமானதாக இல்லை என்பதுதான். இதனைப் பின்வருமாறு சில சான்றுகள் மூலம் புரிந்துகொள்ள முடியும்.

இயற்கைப்புணர்ச்சி மறைந்துபோன கூற்றுகள்

களவியலின் நான்கு வகைகளுள் இயற்கைப் புணர்ச்சி முதலாவதாகக் கூறப்பட்டுள்ளது. இக்கிளவியில் தலைமக்களது உள்ளம் சார்ந்த உணர்வுகளும் புணர்தல் சார்ந்த நிகழ்வுகளும் விளக்கப்பட்டுள்ளன. தலைமக்கள் தனியே ஒருவரை ஒருவர் சந்தித்தல், இவர் மானுடக் குலத்தவரோ என ஐயுறுதல் பின்பு ஐயம் தெளிதல், முறுவல் புரிதல், வேட்கை தோற்றுவித்தல் முதலியன

உள்ளம் சார்ந்த உணர்வுகளாகக் கூறப்பட்டுள்ளன. தலைமகன் தலைமகள் உடலைத் தீண்டுதல், அவள் அழகைப் பாராட்டி உரைத்தல், அவள் உடலைத் தழுவுதல், தழுவுதலைத் தலைமகள் விலக்கிய வழி வருந்துதல், பின்பு கூடுதல் உறுதல் ஆகியன இயற்கைப் புணர்ச்சியின் நிகழ்வுகள் ஆகும். இவற்றை முப்பத்திரண்டு கிளவி விரிவுகளாகத் தொல்காப்பியம் பட்டியலிட்டுள்ளது (விரிவிற்குக் காண்க: சிலம்பு நா. செல்வராசு 2018).

களவியல் பாடல்களை மிகுதியாகக் கொண்டுள்ள சங்க இலக்கியங்கள் இயற்கைப் புணர்ச்சி பற்றி மிகக் குறைவான பாடல்களையே கொண்டுள்ளன. அதுவும் நலம்புனைந்துரைத்தல் எனும் வகைப்பாட்டிற்குரிய பாடல்களும் இயற்கைப் புணர்ச்சி புணர்ந்து தலைவியை ஆயத்தாரிடம் விட்டு நீங்கும் தலைமகன் தலைமகள் அருமை பற்றித் தன் நெஞ்சிற்குக் கூறிய பாடல்கள் சிலவுமாகப் பத்து பாடல்கள் மட்டுமே (அகம். 198, 208, குறு. 2, 40, 116, 142, 137, 70, 300, நற். 8) சங்க இலக்கியத் தொகுப்பில் இடம்பெற்றிருப்பது குறிப்பிடத்தக்கது.

தொல்காப்பியம் குறிப்பிட்ட இயற்கைப் புணர்ச்சி பற்றிய விரிவான இலக்கண வரையறைகள் அவர் காலத்திற்கு முன்பே இலக்கியங்களாகத் திகழ்ந்திருக்க வேண்டும். இலக்கியங்கள் இல்லாமல் இலக்கண வரையறை எய்தி இருக்க வாய்ப்பில்லை. அப்படியாயின் அவ்வாறான பாடல்கள் எல்லாம் என்ன ஆயின எனும் வினாவிற்கு விடை காணுமாறு இல்லை. இவ்வாறான பாடல்கள் சங்கச் சமூகத்தில் வழக்கில் இருந்து பின் விடுபட்டனவோ என்று ஐயுறவும் வேண்டியுள்ளது.

களவு வாழ்க்கை தோற்றம் பெற்ற பின்னர் இயற்கைப் புணர்ச்சி பற்றிய ஏராளமான பாடல்கள் பாடப் பெற்றிருக்க வேண்டும் என்பதை உய்த்துணர முடியும். அப்பாடல்கள் வாய்மொழி மரபிலோ அல்லது பாண்மரபு வழியிலோ வழக்கில் இருந்திருக்க வேண்டும். இவற்றிலிருந்தே தொல்காப்பியர் இயற்கைப் புணர்ச்சி தொடர்பான இலக்கண வரையறையைப் பெற்றிருக்க வேண்டும். பிற்காலத்தில் களவு பாடல்கள் அழிந்தன போலும். இக்கருதுகோளை மெய்ப்பிப்பதும் மீட்டுருவாக்கம் செய்வதும் மிகக் கடுமையானது என்பதையும் சுட்டுதல் வேண்டும்.

இடந்தலைப்பாடு அழிந்துபோன களவின் வகைப்பாடு

'இடந்தலைப்படல்' என்று தொல்காப்பியம் குறிப்பிடும் ஒரு வகை பற்றி எந்த ஒரு செய்தியையும் அறிய இயலவில்லை. பெயர் ஒன்றை மட்டுமே தொல்காப்பியர் குறிப்பிட்டுச் சென்றுள்ளார். நான்கு வகையுள் ஒன்று என்ற கருத்தின்

அடிப்படையில் இடந்தலைப்பாடு விரிவான இலக்கண வரையறையும் இலக்கியங்களையும் பெற்றிருக்க வேண்டும்.

ஆயின் தொல்காப்பியத்தில் இதற்கான இலக்கணக் கூறுகளையோ பிறவற்றையோ அறியுமாறு இல்லை. பின்நாளில் எழுந்த பொருள் இலக்கண நூல்கள் இடந்தலைப்பாடு தொடர்பான வரையறையைச் செய்துள்ளன. இவை புராதன சமூகத்தில் வழக்கில் இருந்தவையா என்பதும் ஐயத்திற்குரிய தாகின்றது.

தந்த தெய்வம் தருமெனச் சேறலும்
முந்துறக் காண்டலும் முயங்கலும் புகழ்தலும்
உடன்புணர் ஆயத்து உய்த்தலும் என ஐந்து
இடந்தலைப் பாட்டின் இலக்கண விரியே (நம்பி. 135)

நம்பி அகப்பொருள் கூறியுள்ள இடந்தலைப்பாட்டின் இலக்கணங்களே மேலே கூறப்பட்டுள்ளன. முந்தைய நாள் தலைவியைச் சந்தித்த இடத்தில் இன்றும் தெய்வம் அவளைத் தரும் என்று அவ்விடத்தைத் தலைவன் அடைதல், அவளைக் காணுதல், முயங்குதல், புகழ்தல், பின்பு ஆயத்தாரிடம் அவளைச் சேர்த்தல் என்று ஐந்து வகையாக நம்பி அகப்பொருள் இலக்கணம் கூறியுள்ளது. இந்த ஐந்து வகைக்கும் எவை மூலமாக இருந்தன என்பதை அறிய முடியவில்லை. தொல்காப்பியத்தில் இதற்கான சான்றுகள் இல்லை என்பதை அறிய முடிகின்றது. தொல்காப்பியம் குறிப்பிடாத நிலையில் பிற்காலப் பொருள் இலக்கண நூலார் இடந்தலைப்பாடு பற்றி எழுதிச் சேர்த்திருக்க வாய்ப்புண்டு. ஆயின் இவையே பழைய காலத்து இடந்தலைப்பாடு பற்றிய விளக்கங்கள் என்று கொள்வதற்கு இல்லை.

களவியலின் நான்கு வகையில் ஒரு வகை பற்றிய விடுபாடு அன்றை அறிஞர்களை உறுத்தி இருக்க வேண்டும். எனவே தொல்காப்பியத்திற்கு உரையெழுதிய உரையாசிரியர்கள் இடந்தலைப்பாடு தொடர்பான தேடலைத் தொல்காப்பியப் பிரதிக்குள்ளேயே நிகழ்த்தி உள்ளார்கள் என்பதையும் அறியமுடிகின்றது. ‘மெய்த்தொட்டுப் பயிறல்’ எனத் தொடங்கும் களவியல் நூற்பா (11) ஒரோவழி இடந்தலைப்பாட்டைக் குறித்துள்ளது என்பது உரையாசிரியர்களின் கருத்தாகும்.

மெய்த்தொட்டுப் பயிறல் பொய் பாராட்டல்
இடம்பெற்றுத் தழாஅல் இடையூறு கிளத்தல்
நீடு நினைந்து இரங்கல் கூடுதல் உறுதல்
சொல்லிய நுகர்ச்சி வல்லே பெற்றுழித்
தீராத் தேற்றம் உளப்படத் தொகைஇ (தொல். களவு. 11)

இந்நூற்பாவிற்கு உரையெழுதும் இளம்பூரணர் ‘சொல்லிய நுகர்ச்சி வல்லே பெறுதல்’ என்பது இடந்தலைப்பாட்டிற்கு

உரியது என்று கூறினார். நச்சினார்க்கினியர் இந்நூற்பா அடிக்கு விளக்கம் தரும் இடத்துத் 'தாமே கூடும் இடந்தலைப்பாடு, பாங்கனாற் குறித்தலைப் பெய்யும் இடந்தலைப்பாடு' என்று இடந்தலைப்பாட்டை இரண்டாக்கி விளக்குவர். 'சொல்லிய நுகர்ச்சி வல்லே பெறுதல்' என்பது 'மெய்த்தொட்டுப் பயிறல்' முதலாகக் 'கூடுதல் உறுதல்' வரையிலும் சொல்லப்பட்ட இன்பத்தை மீண்டும் விரைவாகப் பெறுதல் என்று பொருள்படும். மீண்டும் அடுத்துப் பெறும் இன்பம் என்ற அடிப்படையில் உரையாசிரியர்கள் இப்பகுதியை இடந்தலைப்பாட்டிற்குரிய தாகக் கூறியிருக்க வேண்டும். இப்பகுதி இடந்தலைப்பாட்டிற் குரியது எனில் தொல்காப்பியர் அதனை வகை தொகைப்படுத்தித் தனியே கூறியிருப்பார் என்று எண்ணத் தோன்றுகிறது.

தொல்காப்பியர் இடந்தலைப்பாட்டை விவரிக்கும் நூற்பாக்கள் பின்னாளில் வீழ்ந்தன போலும் எனக் கூறத் தோன்றுகிறது.

பாங்கற்கூட்டம் மறைக்கப்பெற்ற பன்னிரு வகை

பாங்கற்கூட்டம் என்பது களவியலின் பிறிதொரு வகை ஆகும். பாங்கியிற்கூட்டம் போன்றே பாங்கற்கூட்டமும் மிகு முதன்மை பெற்றதாக இருந்திருக்க வேண்டும். பாங்கற்கூட்டம் பற்றித் தொல்காப்பியத்தில் நூற்பாக்கள் உண்டு. ஆயின் பாங்கனால் அதாவது தோழனால் தலைவனும் தலைவியும் எவ்வாறு களவு வாழ்க்கை மேற்கொண்டனர் என்பதைப் பற்றித் தொல்காப்பியம் எதனையும் குறிப்பிடவில்லை. பாங்கற்கூட்டம் எத்தனை வகைப்படும் என்ற எண்ணிக்கையை மட்டுமே தொல்காப்பியம் கூறியுள்ளது.

பாங்கன் நிமித்தம் பன்னிரண்டு என்ப	(தொல். களவு. 13)
முன்னைய மூன்றும் கைக்கிளைக் குறிப்பே	(தொல். களவு. 14)
பின்னர் நான்கும் பெருந்திணை பெறுமே	(தொல். களவு. 15)

பாங்கன் என்பதற்குப் பாங்காயினார், உற்ற துணைவர் என்பதாக இளம்பூரணர் பொருள் கொண்டுள்ளார். நாச்சினார்க்கினியர் பாங்கன், தோழன் என்பதாகப் பொருள் கொண்டுள்ளார். இந்நூற்பாக்களின் பொருளாவது: பாங்கன் ஆகிய தோழன் மூலம் தலைவன் தலைவியைப் பெற்றுப் புணர்வது பன்னிரண்டு வகைப்படும் என்பது முதல் நூற்பாவின் பொருள் ஆகும். பாங்கியிற்கூட்டத்துள் முன்னுற உணர்தல், குறையுற உணர்தல், பாங்கிமதி உடன்பாடு, பகற்குறி, இரவுக்குறி போல அகப்பொருள் கிளவிகள் பலவாக இருப்பது போலப் பாங்கற்கூட்டத்திலும் பன்னிரு வகையாக இருந்திருக்க வேண்டும்

என்றாலும் அவை எவை என்பதைத் தொல்காப்பியர் குறிப்பிட வில்லை.

இப்பன்னிரு வகையுள் முதல் மூன்றும் கைக்கிளை வாழ்க்கைக்குரியது. முதல் மூன்று என்னென்ன என்பது தெரியவில்லை. ஆனால் அந்த மூன்று மூலம் தலைவன் தோழனின் துணையோடு காமஞ்சாலா இளமை மணத்தைப் பெறுவான் என்பது இரண்டாவது நூற்பாவின் கருத்தாகும்.

பன்னிரு வகையில் இறுதியில் உள்ள நான்கும் பெருந்திணை வாழ்க்கைக்கு உரியது. ஏறிய மடல் திறம் ஆகிய மடலேற்றம், முதுமையில் மணம் முடிப்பது, மிடல் ஆகிய கடத்தல் மணம் உள்ளிட்ட பெருந்திணை மணங்களைத் தலைவன் பெற்றிடத் தோழன் துணை நிற்பதை மூன்றாம் நூற்பா விளக்கி உள்ளது.

இடைப்பட்ட ஐந்து வகையும் ஐந்திணைக் காதலாகிய களவு வாழ்க்கைக்கு உரியதாக உய்த்துணருமாறு தொல்காப்பியர் நூற்பாக்களைப் படைத்துள்ளார் என்று உணர முடிகின்றது.

தொல்காப்பியர் பாங்கற்கூட்டம் பன்னிரண்டு வகை எவை எவை என்பதை வெளிப்படையாகக் கூறாததால், பிற்காலப் பொருள் இலக்கண நூலாரும் உரையாசிரியர்களும் பெரிதும் இடர்ப்பட்டுள்ளமையை அறிய முடிகின்றது. இறையனார் அகப்பொருள் (3) நம்பியகப் பொருள் (126, 127) மாறனலங்காரம் (28, 29) இலக்கண விளக்கம் (504, 505) முத்து வீரியம் (836) முதலிய பொருளிலக்கண நூல்கள் கூறிய பாங்கற்கூட்டக் கிளவிகள் பலவாகவும் வேறுவேறாகவும் உள்ளதை அறிய முடிகின்றது.

பாங்கன் நிமித்தம் பன்னிரண்டு என்பதற்கு இளம்பூரணரும் நச்சினார்க்கினியரும் ஆரிய மணத்தை அடிப்படையாகக் கொண்டு விளக்கி உள்ளதும் பொருந்துமாறு இல்லை.

உரையாசிரியர் இளம்பூரணர் பன்னிரு வகை என்பதற்குப் 'பிரமமம் முதலிய நான்கும் கந்திருவப் பகுதியாகிய களவும் உடன் போக்கும் அதன்கண் கற்பின் பகுதியாகிய இற்கிழத்தியும் காமக் கிழத்தியும் காதற் பரத்தையும் அசுரம் முதலாகிய மூன்றுமென இவை' என்று கணக்கிட்டுள்ளார். இளம்பூரணர் உரையின்படி பன்னிரு வகையுள் எட்டுவகை, ஆரியர் மணங்களாகிய பிரமமம் முதலியனவாகக் கணக்கிட்டுள்ளார். மீதமுள்ள நான்கு வகையே உடன்போக்கு முதலியனவாகக் கூறியுள்ளார்.

நச்சினார்க்கினியர் 'பிரமமம், பிரசாபத்தியம், ஆரிடம், தெய்வம் எனவும் முல்லை, குறிஞ்சி, பாலை, மருதம், நெய்தல் எனவும் அசுரம், இராக்கதம், பேய் எனவும் பன்னிரண்டாம்'

என்று கணக்கிடுவர். இளம்பூரணரும் நச்சினார்க்கினியரும் ஆரிய மணங்களை இணைத்துப் பாங்கற் கூட்டத்தை விளக்கி இருப்பதால் உரையாசிரியர் வெள்ளைவாரணனார் 'பாங்கா நிமித்தம் பன்னிரண்டென்ப' என்று புதிய பாடத்தைக் கொண்டு உரையெழுதுவர். ஆயின் சிவலிங்கனார் 'பாங்கா நிமித்தம்' எனும் பாடம் பொருந்துமாறு இல்லை என்று மறுத்துரைப்பர்.

உரையாசிரியர் ஆ. சிவலிங்கனார் எல்லா உரைகளையும் மதிப்பீடு செய்து பன்னிருவகை எவை என்பதை ஒருவாறு பட்டியலிட்டுள்ளார்.

தொல்காப்பியருக்குப் பின்பு வந்த பொருள் இலக்கண நூலாரும் பிற்காலத்தில் தொல்காப்பியத்திற்கு உரையெழுதிய உரையாசிரியரும் 'பன்னிரு வகை' எவை என்பதை உறுதி செய்வதில் ஒருமித்த கருத்துக் கொண்டாரில்லை. தத்தமக்கு ஏற்றவாறு பட்டியலிட்டுள்ளதையே அறிய முடிகின்றது. இதற்கான காரணம் என்ன என்பதும் ஆராயத்தக்கது. தொல்காப்பியர் பன்னிரு வகை என்று எண்ணிக்கையை மட்டுமே கூறியுள்ளார். பன்னிரு வகை பற்றிய விரிவான வகை எவை என்பதைக் குறிப்பிட்டு இருந்தால் அவை பற்றிய தொடர்ச்சியைப் பிற்கால இலக்கண நூல்கள் தந்திருக்க வாய்ப்புண்டு.

தொல்காப்பியர் பன்னிரு வகையின் விளக்கங்களைத் தராமல் விட்டாரா? அல்லது அவர் கூறி இருந்து பின்னாளில் அவை அழிக்கப்பட்டனவா என்பதையும் அறியுமாறு இல்லை. தொகையை முன்னர்க் கூறிப் பின்னர் அவற்றின் விரியைக் கூறும் நூலாக்க முறை தொல்காப்பியர் நூல் முழுவதும் கையாண்ட ஆக்க நெறி ஆகும். அவ்வாறு இருக்க இந்நூற்பாவில் மட்டும் விரியைக் கூறாது விட்டிருப்பாரா என்ற ஐயமும் எழுகின்றது.

பாங்கன் நிமித்தம் பன்னிரண்டு வகை என்பது புராதன சமூகத்தில் நடைமுறையில் இருந்திருக்க வேண்டும். சமூக மாற்றத்தின் காரணமாகப் பின்னாளில் அவை வீழ்ந்திருக்க வேண்டும். அவற்றை அறியாமல் பின்னாளில் பட்டியலிட்ட வகை அனைத்தும் வழு அமைதியாகக் கொள்ளலாமே அன்றி மூல பாடமாகக் கொள்வதற்கு இல்லை.

பாங்கியிற்கூட்டம் முழுமைபெறா வகைப்பாடு

களவியலின் நான்காம் வகை பாங்கியிற்கூட்டம் ஆகும். இது தலைவியைத் தலைவன் தோழியின் துணையோடு கூடும் கூட்டம் பற்றியது. இது பற்றிய இலக்கண வரையறைகளைத் தொல்காப்பியர் மிக விரிவாகவே விளக்கி உள்ளதை அறிய முடிகின்றது. தொல்காப்பியர் களவியலில் தலைவன், தலைவி, தோழி ஆகியோர் கூற்று நிகழ்த்தும் பகுதிகளிலும் அகத்திணை

இயலுள் உடன்போக்குக் காலத்துத் தோழியின் கூற்றுப் பகுதியிலும் வெறியாடும் காலத்தும் அறத்தொடு நிற்கும் காலத்தும் தோழியின் நிலைப்பாட்டைப் பொருளியலிலும் கூறியுள்ளமையை அறிய முடிகின்றது.

தலைவனுக்கும் தலைவிக்கும் கூட்டம் நிகழ்ந்துள்ளதைத் தன் நுட்பமான மதியின் துணையால் தோழி அறிந்து கொள்ளும் நிலையைத் தொல்காப்பியர் முதன்மை கொடுத்துக் கூறி உள்ளார். இதனை முன்னுற உணர்தல், குறையுற உணர்தல், இருவரும் உள்வழி அவன் வரவு உணர்தல் என்பதாகப் பொருள் நூலார் விளக்குவர்.

கூட்டம் நிகழ்ந்ததன் உண்மையை உணர்ந்த தோழி தலைவனை வணங்கி நின்று தலைவியைப் பாதுகாப்பாயாக என்று வேண்டுவாள். பின்னர்த் தலைவன் மனக்குறையைத் தலைவியிடம் எடுத்துக்கூறிக் கூட்டத்திற்கு வழி சமைப்பாள். தலைவன் தலைவி கூட்டம் தொடர்ந்த வழி ஊரார் அலர் தூற்றுவர் என்பன பல கூறித் தலைவனைத் தடுப்பாள். இரவுக்குறி, இரவுக்குறியிடையீடு, பகற்குறி, பகற்குறி இடையீடு என்று பல்வேறு நிலைகளில் தோழி கூட்டத்திற்கு உடன்பட்டாலும் விரைந்து மணம் முடித்தலையே வற்புறுத்துவாள். இல்லறத்தின் மாண்பை எடுத்துக்கூறித் திருமணத்தை விரைவுபடுத்துவாள். அம்பல் அலர் முதலியன தோன்றுதல், தலைவியை இற்செறித்தல், வெறியாட்டு நிகழ்தல் முதலியன நிகழும் காலங்களில் தோழி தலைவனை வரைந்து கொள்ள முடுக்கியதோடு அல்லாமல் நற்றாய், செவிலி முதலியோரிடம் அறத்தொடு நின்று களவு வாழ்க்கையை வெளிப்படுத்துதலும் உண்டு. பின்னரும் வரைவு மறுத்தவழித் தலைவியை உடன் கொண்டு செல்லுமாறு தலைவனிடம் கூறி உடன்போக்கிற்கு வழி சமைப்பாள்.

இவ்வாறாகத் தோழி பாங்கியிற்கூட்டத்தின் மூலம் தலைவன் தலைவி கூட்டத்திற்கு உடன்படும் நிலையைத் தொல்காப்பியர் விரிவாக விளக்கி உள்ளதை அறிய முடிகின்றது.

சங்க அக இலக்கியப் பாடல்களில் குறிப்பாகக் களவுப் பாடல்களில் பெரும் பகுதி பாங்கியிற்கூட்டத்திற்குரிய பாடல்களாகவே காணப்படுவதை உணரமுடியும். தொல்காப்பியர் ஒரு கதையாடல் உத்தி முறையில் பாங்கியற் கூட்டத்தை விளக்கி இருந்தாலும் சங்கப்பாடல்கள் தோழி 'வரைவு கடாதல்' எனும் கிளவிக்குரியனவாகவே காணப்படுகின்றன.

1. தோழி பாங்கியிற்கூட்டம் அடிப்படையில் கூற்று நிகழ்த்தும் பாடல்களில் வரும் மனநிலை ஆராய்வதற் குரியது. இப்பாடல்களில் தலைவிக்கும் தோழிக்கும்

ஏற்படும் மனப்பதற்றமும் மன அச்சமும் நடுக்கமும் நோய்வாய்ப்படுதலும் எனும் நிலைமைகள் நெடுகப் பின்னப்பட்டிருப்பதை உணர முடியும்.

2. களவு வாழ்க்கை என்பதால் அலர் தோன்றுமோ எனும் பதற்றமும் தமர் அறிய நேரிடுமோ எனும் அச்சமும் தோன்றுவதை உணர முடியும்.

3. சங்கக் களவியல் பாடல்களின் பெரும் பகுதி இவ்வாறான மனநிலைக்குரியதாகவே பாடப்பட்டுள்ளதை ஆய்வு மூலம் அறிய முடியும்.

4. இப்பாடல்களில் அலர், இற்செறித்தல், வெறியாடல், அயல் மணப் பேச்சு எனத் தலைவிக்கும் தோழிக்கும் பெரும் நெருக்கடியைத் தருவனவாகப் புனையப்பட்டுள்ளன.

5. இவற்றுக்கு மாறாகத் தலைவனும் தலைவியும் கூடி இன்பம் உறும் பாடற்பகுதிகள் மிகமிகக் குறைவு.

6. மேலே கூறப்பெற்ற பதற்றம் அச்சம் காரணமாகத் தோழி தலைவனிடம் 'வரைவு கடாதல்' பொருண்மையிலேயே உரையாடுவதை உணர முடியும்.

7. பகற்குறி, பகற்குறி இடையீடு, இரவுக்குறி, இரவுக்குறி இடையீடு, அல்லகுறி, இற்செறித்தல், வெறியாடல், அறத்தொடு நிற்றல் முதலான கிளவிகளில் பாடல்கள் இயற்றப்பட்டிருப்பினும் அவற்றின் உள்ளடக்கம் வரைவு கடாதலாக அமைந்திருப்பதை உய்த்துணர முடியும்.

8. பகற்குறி, இரவுக்குறி எனக் கிளவிகள் இருப்பினும் இவ்வாறான குறியிடங்களில் தலைவன் தலைவியைச் சந்தித்து இன்பமுறும் பகுதி மிகக் குறைவு. மாறாக இக்குறியிடங்களுக்கு வரும் தலைவனிடம் தோழி பல்வேறு காரணங்களைக் கூறி வரைவு வேண்டும் செய்திகளே மிகுதியும் புனையப்பட்டுள்ளன.

9. வரைவு கடாதல், வரைவு நீடல், வரைவிடை வைத்துப் பிரிதல், வரைவு மறுத்தல், வரைவு மலிதல், இரவுக்குறிக்கண் சிறைப்புறத்தானாக வரைவு கடாதல், பகற்குறிக்கண் சிறைப்புறத்தானாக வரைவு கடாதல், அலர் அச்சம் அறிவுறீஇ வரைவு கடாதல், இற்செறிப்புக் கூறி வரைவு கடாதல் என்றவாறு பாங்கியிற்கூட்டப் பாடல்களின் பெரும்பகுதி தலைவன் தலைவி பெற்றோர் இசைவு மணத்தை வேண்டுவதாகவே அமைந்துள்ளமையை அறிய முடிகின்றது.

10. ஆகத் தோழியின் துணை பெற்றுத் தலைவன் தலைவியைக் கூடும் மரபும் அதன்வழிக் காதலர் தம் இன்பநிலை வெளிப்படும் மரபும் பின்னிலை பெற்றிடத் தோழி தலைவி ஆகியோர் பதற்றம் அச்சம் மேலோங்க வரைவினை விரைவுபடுத்தும் மரபு முன்னிலை பெற்றுள்ளதை அறிய முடிகின்றது.

11. பாங்கியிற்கூட்டம் தொடர்பான இலக்கண வரையறைகள் மிகுதியாகத் தொல்காப்பியத்தில் இடம்பெற்றுள்ள போதும் அவற்றிற்கான பாடல்களை அடையாளம் காணமுடியவில்லை என்பதை ஒரு கருதுகோளாகக் கொண்டு ஆய்வு நிகழ்த்த வாய்ப்பு உள்ளதையும் சுட்டுதல் வேண்டும்.

உடன்போக்கு: விடுபெற்ற கூற்றுகள்

களவு வாழ்க்கையின் உச்சநிலை என்பது உடன்போக்காக அமைந்துள்ளது. பாங்கன் மூலமும் தோழி மூலமும் தலைவன் தலைவியைக் கூடுதல் என்பது தொடர் நிகழ்வாக அமைய வாய்ப்பில்லை. அதுவும் முன்பின் அறியாத வேறோர் இனக்குழுவில் உள்ள பெண்ணை அடைவது என்பது பெரும் போராட்டத்திற்குரியது. அப்போராட்டம் ஒட்டுமொத்த இனத்தின் வெகுளியாக வெளிப்பட்டு அக்காதலரைக் கொன்று விடுதலும் உண்டு. ஓர் இனத்தின் பெண்ணை வேறொர் இனத்து ஆடவன் அடைய நினைப்பது அத்துமீறலாகவும் பெண் இடம்பெற்ற இனத்தை வென்றெடுப்பதாகவும் அற்றைச் சமூகம் கருதி இருக்க வேண்டும். எனவே வெகுளி வெளிப்பட வெளிப்படையான போராட்டம் வெடித்திருக்க வாய்ப்புண்டு.

இத்தகைய சூழலில் தலைவன், தோழன், தோழி ஆகியோரின் துணையோடு தலைவியைத் தன் இனக்குழுவினர் வாழும் பகுதிக்கு அழைத்துச் செல்வதை முடிவு செய்வான். இவ்வாறு அழைத்துச் செல்வதையே 'உடன்போக்கு' என்று களவியல் வரையறை செய்துள்ளமையை அறிய முடியும்.

உடன்போக்கு சங்க இலக்கியத்தில் அன்றித் திராவிடப் பழங்குடியினர் பலரிடமும் வழக்கு பெற்றிருப்பதை அறவாணன் (1978) விளக்குவர். உலகப் பழங்குடியினர் பலரிடமும் உடன்போக்கு மரபாக உள்ளதை மானுடவியல் சான்றுகள் மெய்ப்பிக்கும்.

கர்நூல், நெல்லூர் மாவட்டங்களில் உள்ள செஞ்சு பழங்குடியினரிடம் உடன்போக்கு மணம் இயல்பாக உள்ளது. ஆடவன் ஒருவன் தான் விரும்பும் பெண்ணை அழைத்துக் கொண்டு ஓடிவிடுவான். ஓர் இரவு ஊரார் அறியாமல் இருந்து

விட்டுப் பின்னர் ஊர் திரும்புவர். இருவரையும் அவர்தம் பெற்றோரும் உற்றாரும் மகிழ்வுடன் வரவேற்பர். சோழகர் என்ற பழங்குடியினரிடம் உடன்போக்கு மணம் வழக்கில் இருந்துள்ளது. உளமார விரும்பும் ஆணும் பெண்ணும் ஒருநாள் காட்டுக்குள் ஓடிவிடுவர். நான்காம் நாள் ஊரார் பறையடித்துக் காட்டிற்குள் சென்று காதலரைக் கண்டுபிடித்து அழைத்து வந்து மணம் முடிப்பர். பழங்குடியினர் மீண்டு வந்த காதலரை ஏற்றுக்கொண்டதைப் போலவே சங்கச் சமூகத்திலும் காதலரைச் சிலபொழுது ஏற்றுக் கொண்டுள்ளனர். உடன்போக்கு மேற்கொண்டு மீளும் தலைவி ஒருத்தி முன்னே விரைந்து செல்வோரே! என ஆயத்தாருக்கு யான் திரும்பி வருதலைத் தெரிவிப்பீராக என்று கூறி உள்ளாள் (ஐங். 397). 'வெஞ்சினக் காளையொடு என் மகளும் திரும்பி வருமாறு காக்கையே கரைவாயாக' என்று மகட்போக்கிய தாய் ஒருத்தி காகத்தைப் பார்த்துப் புலம்புகிறாள் (ஐங். 391).

உடன்போக்குக் காதலர் ஒரு குறிப்பிட்ட கால அளவு மறைந்து இருந்து விட்டுப் பின்பு வெளிப்பட்டால் அவரை அச்சமூகம் ஏற்றுக் கொண்டுள்ளது. அந்தக் குறிப்பிட்ட கால எல்லையில் அவர்கள் கண்டறியப்பட்டால் அவர்களுக்குக் கடும் தண்டனைகள் வழங்கப்பட்டன. சான்றாகக் குருநாய் என்ற பழங்குடி இனத்தவரின் உடன்போக்கினைக் கூற முடியும். இவ்வினத்தில் காதலர் உடன்போக்கை மேற்கொள்வர். உடன்போகும்போது தலைவியின் தமர் துரத்திச் செல்வர். காதலர் அகப்பட்டால் அவரைக் கொன்றுவிடுவர். அவர்கள் பிடிபடாமல் தப்பிச் சென்று தலைமறைவாக ஒரு குழந்தை பிறக்கும் வரை தங்கி மீண்டு வந்தால் அவர்களைக் கணவன் மனைவியாக ஏற்றுக்கொள்வர் (ரூத் பெனிடிக் 1964). இவ்வாறான போர் நிலையைச் சங்க இலக்கியங்களும் அரிதாகச் சில இடங்களில் சுட்டிச் சென்றுள்ளதை அறிய முடிகின்றது.

உடன்போக்கின்போது தலைவியின் தமர் போர் தொடுத்து வருகின்றனர். அப்போது தலைவியை விட்டுவிட்டுத் தலைவன் குன்றத்தின் மறைவில் தலைமறைவாகிறான். பின்பு தலைவனை மறைத்த குன்றத்தைத் தலைவி வாழ்த்துகிறாள் (ஐங். 312). நீண்ட அகன்ற கண்ணை உடைய தலைவியைத் தலைவன் உடன் கொண்டு போகிறான் அவளது சுற்றம் இடைச்சுரத்தில் கணவன் மீது போர் தொடுக்கின்றது (பரி. 11: 46–48).

இவ்வாறான விரிவான களங்களை உடைய உடன்போக்கு மணம் பற்றிய இலக்கண வரையறைகளைத் தொல்காப்பியம் அகத்திணை இயலில் கூறியுள்ளது.

1. உடன்போக்கு தொடர்பான இலக்கண வரையறைகள் அகத்திணை இயலில் தாம் சுட்டப் பெறுதல் வேண்டுமா என்ற ஐயம் எழுகின்றது. களவியலின் இறுதியில் சுட்டப் பெறுவது சரியா என்பதும் ஆராயத்தக்கது. அகத்திணை இயல் பொதுவாகத் திணை மரபு பற்றிப் பேசுவது. அங்குக் கைகோள் மரபாகக் கருதத்தக்க உடன்போக்கை வைக்க வேண்டிய தேவை அறியுமாறு இல்லை.

2. உடன்போக்கு மிகப் பழமை வாய்ந்த புராதன சமூகத்து நடைமுறை என்பதாலும் அதைப் பற்றிய இலக்கணங் களும் மிகப் பழமை வாய்ந்தவை என்பதாலும் கூடுதல் கவனத்தைப் பெறுகின்றன.

3. உடன்போக்கில் கூற்று நிகழ்த்துவோராக நற்றாய், தோழி, கண்டோர் அதாவது இடைச்சுரத்துக்கண் காதலரைக் கண்டோர் ஆகிய மூவர்தம் செயற்பாடுகளே விளக்கப்பட்டுள்ளன.

4. இவருள் தந்தை பற்றியோ தமையன் பற்றியோ ஏனைய உறவினர் பற்றியோ எந்தவிதக் குறிப்பும் இடம்பெறாமை கருதத்தக்கது.

5. இப்படியான ஒருவகை மரபு தாய்வழிச் சமூகத்திற்கே உரியது என்பதும் எனவேதான் தந்தை, தமையர் பற்றிய குறிப்புகள் இல்லை என்பதும் இவற்றான உடன்போக்கு மிகப் பழமை வாய்ந்த இலக்கண மரபு என்பதும் தெரிய வருகின்றன.

6. உடன்போக்கின்போது தலைவன் தலைவி இருவருக்கும் தனித்த கூற்றுகள் இல்லாதது வியப்பானது. தலைவனும் தலைவியும் உடன்போகும் சூழலில் இரண்டுவித மனநிலைகள் தோன்றி இருக்க வாய்ப்புண்டு. ஒன்று காதலர் சேர்ந்து செல்லும் சூழலில் தோன்றும் இன்ப உணர்வு. இன்னும் ஒன்று தலைவியின் தமரால் நேரிடும் இடர்ப்பாடுகள் பற்றியதான மனப்பதற்றமும் அச்சமும். இவை பற்றிய இலக்கண வரையறைகள் இருந்தனவா என்பதை அறியுமாறில்லை.

7. ஆயினும் அகத்திணை இயல் இறுதிப்பகுதியில் பொது வான பிரிவு நிகழும் காலங்களில் தலைவன் கூற்று நிகழ்த்தும் முறை விளக்கப்பட்டுள்ளது. அப்பகுதியில் உடன்போக்கு காலத்தில் தோழி இடத்தும் இடைச்சுரத்தில் தன் தலைவியை மீட்டெடுத்துச் செல்லும் இடத்தும் கூற்று நிகழும் என்று குறிப்பிடப்பட்டுள்ளது.

தொல்காப்பியம்

8. உடன்போக்கு நூற்பாக்களை அடுத்து 'எஞ்சியோர்க்கு எஞ்சுதல் இலவே' எனும் நூற்பா இடம்பெற்றுள்ளது. இதன்படி உடன்போக்கில் மேற்குறிப்பிட்ட மூவர் அல்லாது எஞ்சிய அகப்பொருள் தொடர்பான மாந்தர்களுக்கும் கூற்று உரியது என்பது தெரிய வருகின்றது. ஆயின் இக்கூற்று பற்றிய விளக்கங்களோ விரிவுகளோ எவற்றையும் தொல்காப்பியர் குறிப்பிடவில்லை.

9. உடன்போக்கு நிகழ்ந்த பின்னர் உண்மையறிந்த நற்றாய் உடன்போகும் காதலர் பற்றி நிமித்தம் பார்த்தல், நற்சொல் கேட்டல் முதலியவற்றை மேற்கொண்டு தெய்வத்திற்கு வழிபாடு நிகழ்த்துவாள். உடன்போக்கால் ஏற்படும் நன்மை தீமை முதலியவற்றைக் கருதியும் புலம்புவாள். காதலரைத் தேடிச் சென்று இடைச்சுர வழியிலும் சேரியிடத்தும் காணப்படும் கண்டோரிடத்தும் கூற்று நிகழ்த்துவாள்.

10. தோழி காதலரை உடன்போக்கிற்கு உடன்படச் செய்யும் பணியை மேற்கொண்ட இடத்தும் தலைவியைத் தலைவனிடம் கையடுத்துக் கொடுக்கும் இடத்தும் வருந்திப் புலம்பும் நற்றாயிடம் உடன்போக்கு அறமே என்று கூறி அவளைத் தேற்றும் இடத்தும் கூற்று நிகழ்த்துவாள்.

11. இடைச்சுர வழியில் காதலரைக் கண்ட மக்கள் அவர் பற்றி இரங்கி வருத்தம் கொள்வர். காதலரிடம் மாலைப்பொழுது வந்தது, இரவு செல்லும்வழி கொடியது, எனவே இன்று இரவு இங்குத் தங்கிச் செல்க என்று கூறுவர். காதலரைத் தேடிச் செல்லும் நற்றாயைத் தடுத்து நிறுத்தி மீளச் செய்வர். இவ்வாறான இடங்களில் கண்டோர் கூற்று நிகழும்.

12. உடன்போக்கு தொடர்பான இலக்கண வரையறை, அல்லது சங்கப்பாடல்கள் வெளிப்படுத்தும் மன உணர்வுகளாகப் பதற்றம், அச்சம், அழுகை, மன விரக்தி ஆகியவற்றையே அறிய முடிகின்றது. காதலரைக் கண்ட இடைச்சுர மக்கள், காதலர் மீது கொள்ளும் இரக்கமும், பரிதவிப்பும் கவனத்திற்குரியவை.

13. உடன்போகும் காதலர்கள் மகிழ்வு கொண்டதாக எப்பாடலையும் அறிய முடியவில்லை. சில பாடல்கள் விதிவிலக்காகவும் இடம் பெற்றுள்ளதையும் சுட்டுதல் வேண்டும்.

14. இடைவழியில் தலைவியின் தமர் போர் தொடுத்துச் சென்று தலைவியை மீட்டுவருவதான பாடல்கள்

இடம்பெறவில்லை. குறிப்பாக இருபாடல்கள் தவிர வேறு விரிவான செய்திகள் அடங்கிய பாடல்கள் வழக்கில் இருந்து அழிந்திருக்க வாய்ப்புண்டு.

15. உடன்போக்கு, வழக்கில் இருந்த காலத்தில் அவ்வழக்கை அற்றைச் சமூகம் உடன்பாட்டு நிலையில் எதிர் கொண்டதா அல்லது எதிர்நிலையில் எதிர்கொண்டதா என்பது அறியுமாறில்லை. ஆனால், அவ்வழக்கை அற்றைச் சமூகம் 'அறம் சார்ந்ததாகவே' கருதி இருக்கிறது.

16. கலித்தொகைப் பாடல் ஒன்று (9) உடன்போக்கை அறத்தின்பாற்பட்டது என்று கூறியுள்ளது.

    இறந்த கற்பினாட்கு எவ்வம் படரன்மின்
    சிறந்தானை வழிபடீஇச் சென்றனள்
    அறந்தலை பிரியா ஆறுமற் றதுவே   (கலி. 9)

    உடன்போக்கை மேற்கொள்ளும் தலைவி கற்புடையவள் என்பதையும் தலைவன் சிறந்தவன் என்பதையும் உடன்போக்கு அறந்தலை பிரியா நெறி என்பதையும் சங்கப் புலவன் ஒருவன் பதிவு செய்துள்ளான்.

17. ஆக உடன்போக்கு வழக்கில் இருந்த காலத்துச் சமூக அமைப்பில் அம்மணமுறை அறத்தின்பாற்பட்டதாகவே பொதுச் சமூக வெளியில் உணரப்பட்டுள்ளது.

18. ஆயின் மிகப் பிற்காலச் சமூக அமைப்பில் உடன்போக்கு மறுதலிக்கப்பட்டுள்ளது. உடன்போக்குப் பாடல்கள் துன்பம் நிறைந்ததாகப் பாடப்பெற்றதற்கும் இறையனார் அகப்பொருள் உடன்போக்கை நிராகரித்ததற்கும் இந்த மறுதலிப்பே காரணமாகி இருத்தல் வேண்டும்.

தொல்காப்பியக் களவியல்:
இடைச் செருகல் – ஆக்கம் பெற்ற கருத்தியல்

தொல்காப்பியப் பிரதியுள் நிகழ்த்தப் பெற்ற இடைநீக்கலின் காரணமாகவும் இடைவீழ்தலின் காரணமாகவும் புராதன இலக்கண மரபின் தொடர்ச்சி அறுபட்டிருந்தது. இடைநீக்கல் என்பது இலக்கிய அரசியல் காரணமாக நிகழ்ந்திருக்கலாம். இடைவீழ்தல் என்பது சமூகக் கவனக்குறைவின் காரணமாக நிகழ்ந்திருக்கலாம். ஆயின் இரண்டு காரணங்களும் மூலபாட நிலையை உணர முடியாமல் செய்துவிட்டன என்றே கூறுதல் வேண்டும்.

இதேபோல் இடைச்செருகல் என்பதும் இலக்கண அமைப்பின் மூலபாட நிலையை உணர முடியாமல் செய்து

விட்டது என்பதே உண்மை. சில நூற்பாக்களை இடைச்செருகல் செய்வதன் மூலம் ஒட்டுமொத்த கருத்தியலையே மாற்ற முடியும் என்பதற்குக் களவியல் சார்ந்த இடைச்செருகல் நூற்பாக்களையே சான்றுகளாய்த் தரமுடியும்.

தொல்காப்பியத்தில் இடைச்செருகல்கள் நிகழ்ந் துள்ளன என்பதைச் சோமசுந்தர பாரதியாரும் (1942) வெள்ளைவாரணனாரும் (1957) உடன்பட்டுள்ளனர். ஜான் மார் (1958) பொருளதிகாரத்தின் சில இயல்களையே இடைச்செருகல் என்று குறிப்பிடுவர். தொல்காப்பியத்தில் சில இடங்களில் தட்டுப் பாடுகள் காணப்பெறுவதை உணர்ந்து தொல்காப்பியத்தைப் பயின்ற மாணவர்கள் சிலர் சில நூற்பாக்களைச் சேர்த்திருக்க லாம் என்று தெ.பொ.மீனாட்சி சுந்தரன் (1982) குறிப்பிடுவர் (செ. வை. சண்முகம். 1989).

இடைநீக்கல் என்பதையும் இடைச்செருகல் என்பதையும் தனித்தனியே பிரித்து ஆராய்வதை விடவும் இணைத்து ஆராய்வதே பல வினாக்களுக்கான விடையாய் அமையும். இவை இரண்டும் வேறுவேறு காலங்களில் நடந்திருந்தாலும் கூட அந்நிகழ்வுக்கான சிந்தனை மரபு ஒற்றைப் பொருண்மை உடையது என்பதை உணருதல் வேண்டும்.

இடைச்செருகல் என்பது ஓர் இலக்கண மரபின் மிகப் பழைய கருத்தியலை எவ்வாறு மாற்றியமைக்கும் என்பதைச் சான்றுகள் வழி ஆராய்வதாக இனிவரும் பகுதி அமையும்.

களவியலும் மறையோர் மன்றல் கந்தருவமும்

களவியல் என்றால் என்ன என்பதையும் கற்பியல் என்றால் என்ன என்பதையும் தொல்காப்பியர் விளக்கி உள்ளார்.

கற்பெனப் படுவது கரணமொடு புணரக்
கொளற்குரி மரபிற் கிழவன் கிழத்தியைக்
கொடைக்குரி மரபினோர் கொடுப்பக் கொள்வதுவே
(தொல். கற்பு. 1)

எனும் நூற்பா கற்பெனப்படுவது யாது எனில் எனும் வினாவை முன்வைத்துத் தலைவன் தலைவியைக் கொடுப்பக் கொள்வதே கற்பு என்று விளக்கி உள்ளது.

இதேபோல் தொல்காப்பியர் களவெனப்படுவது யாது எனில் எனும் வினாவை எழுப்பி விளக்கம் அளித்துள்ளாரா என்பதும் ஆராயத்தக்கது. தொல்காப்பியர் களவியல் என்பதற்குப் பின்வருமாறு விளக்கம் அளித்துள்ளார்.

இன்பமும் பொருளும் அறனும் என்றாங்கு
அன்பொடு புணர்ந்த ஐந்திணை மருங்கின்

காமக் கூட்டம் காணுங் காலை
மறையோர் தேஎத்து மன்றல் எட்டனுள்
துறையமை நல்லியாழ்த் துணைமையோர் இயல்பே

(தொல். களவு. 1)

இந்த நூற்பா களவியல் என்பதற்கு நான்கு நிலையில் பொருள் உரைக்கக் காணலாம்.

1. காமக் கூட்டம் எனும் பொருண்மையை ஆராய்ந்து காணும்போது அது,
2. இன்பம், பொருள், அறம் என்னும் அல்லது அறம் பொருள் இன்பம் என்னும் உறுதிப் பொருளிடத்து நிகழும்
3. அன்போடு கூடிய ஐந்து திணைகளாகிய முல்லை, குறிஞ்சி, மருதம், நெய்தல், பாலை எனும் இவற்றின் வழி நிகழ்த்தப்படும்.
4. மறையோர் என்று சிறப்பிக்கப் பெறுகின்ற ஆரியர்தம் மணமுறையாகிய எட்டு வகையுள் காந்தருவ மணமுறையோடு ஒப்பிடத்தக்கது களவு மணம் ஆகும். அதாவது காந்தருவ மணமுறை போன்றது களவு மணமுறை ஆகும்.

மேல் நூற்பா களவியல் என்றால் என்ன என்பதை நேரிடையாக விளக்கிக் கூறுவதாக இல்லை. கற்பியலுக்குக் கூறப்பட்ட விளக்கத்தை நோக்கக் களவியல் விளக்கம் ஒருவித சமூகத் தயக்கத்தோடு கூறப்பட்டுள்ளதாகத் தோன்றுகிறது. இந்த நூற்பா களவியல் குறித்த வெளிப்படையான விளக்கத்திற்கு மாறான நிலையில் களவியலைப் புனிதப்படுத்தும் முயற்சியின் ஒரு பகுதியாகவும் அமைந்துள்ளதை உணர முடிகின்றது. இதனையே சமூகத் தயக்கம் என்று கூற முடியும்.

களவியல் என்றால் என்ன என்பதைப் பழைய தமிழ்ச் சமூகம் கூறியிருக்க வேண்டும். அவ்விளக்கம் என்ன என்பது அறியுமாறு இல்லை. ஆயின் உய்த்துணர் வகையில் ஒரு விளக்கத்தைத் தர முடியும். அதாவது வேறுவேறு பழங்குடிகளைச் சேர்ந்த ஆண் ஒருவனும் பெண் ஒருத்தியும் மனம் ஒத்து விரும்பி மணந்து கொள்வது என்பது களவியல் என்பதன் விளக்கம் ஆகலாம்.

இவ்வாறான போக்கில் விளக்கத்தைக் கூறாது இன்பம் பொருள் அறம் அதாவது அறம் பொருள் இன்பம் என்பதன் வழி இது நிகழும்; இதுவும் குறிஞ்சி முல்லை முதலான ஐந்திணைக்கும் உரியது; இதனைக் காமக் கூட்டம் என்று அழைப்பது மரபு; இது மறையோர் மணங்களுள் ஒன்றான காந்தருவ மணத்தை ஒத்தது என்றவாறு விளக்கம் தரப்பட்டுள்ளது. இவ்வாறு

கூறப்படும் முறை ஒரு வகையான மேனிலையாக்கத்தின் பாற்படும் என்பதாகவும் பொருள் கொள்ள முடியும்.

1. அறம் பொருள் இன்பம் எனும் உறுதிப்பாட்டிற்கு மாறானது அன்று களவியல்;

2. களவியலும் தமிழரின் பண்டைய இலக்கணக் கோட்பாடாகிய ஐந்திணைக்குரியது; மாறானது அன்று;

3. இது களவியல் எனும் பெயர் பெறுவது அன்று; அதன் பெயர் காமக் கூட்டம் என்பதாகும்;

4. எல்லாவற்றிற்கும் மேலாக மேலோராகிய ஆரியர் மணவழக்கம் போன்றதுதான் களவியல்.

இவ்வாறாக ஒரு கருத்தாக்கம் களவியலுக்குக் கற்பிக்கப் பெற்றது. தலைவியைக் களவாடி உடன்போக்கின் வழி அவள் பெற்றோரிடமிருந்து கவர்ந்து செல்லும் 'களவு மணம்' எனும் பெயரீடு இங்கு விடுபட்டுள்ளது. மாறாகக் 'காமக் கூட்டம்' எனும் ஒரு பெயரீடு உருவாக்கப்பட்டுள்ளது.

களவு மணம் கடியப் பெற்ற சமூகக் காலத்தில் அதன் சரியான பொருள் விளக்கம் நீக்கப் பெற்றுச் சமகாலச் சமூக அரசியல் அடிப்படையில் ஏற்புடைய ஒரு பொருள் விளக்கம் இடைச்செருகலாகத் தொல்காப்பியத்தில் இணைக்கப் பெற்றுள்ளது என்பதை முடிவாகக் கூறிட முடியும்.

இந்த நூற்பாவைப் பொருத்தவரை குறிக்கத்தக்க செய்தி ஒன்றைப் பதிவு செய்தல் வேண்டும். களவு வாழ்க்கை என்பது வரலாற்றிற்கு முற்பட்ட புராதன சமூகத்தின் மண முறை ஆகும். இம்மண முறை வழக்கிலிருந்து வாய்மொழி இலக்கியங்கள் தோன்றி அவை பாண்மரபினரால் பாடப்பெற்றுப் பின் இலக்கணமரபை எய்தி இருக்க வேண்டும். இவ்வாறான படிமலர்ச்சியின் ஊடாகக் களவியல் இலக்கண மரபை அடைந்த காலத்தில் பழைய சமூக அமைப்பில் வாழ்ந்த தமிழர்கள் ஆரியரையோ ஆரிய மரபுகளையோ அறிந்திருக்க வாய்ப்பே இல்லை. எனவே, தொல்காப்பியக் களவியல் குறித்த விளக்க நூற்பா பிற்காலத்து இடைச்செருகலாக அமைக்கப்பட்டிருக்க வேண்டும் என்ற முடிவிற்கு வரமுடியும்.

பால்வரைத்தெய்வம்: ஊழ்வினையும் முற்பிறப்பும்

களவியல் பற்றிய கருத்துருவாக்க வரலாற்றில் 'ஒன்றே வேறே' எனத் தொடங்கும் நூற்பா (தொல். களவு. 2) மிகு முதன்மை வாய்ந்தது. உலகில் மக்கள் இனம் தோன்றி மக்கள் குடும்பமாக உருவான வரலாற்றிலும் அக்குடும்பமும் ஒரு திருமணமாக

வடிவெடுத்த வரலாற்றிலும் மேல் நூற்பா பெரும் பங்கை அளித்திருக்க வேண்டும். ஒருதார மணக் கட்டமைப்பில் அந்நூற்பா ஒரு தொன்மமாகவே ஆக்கம் பெற்றுத் தமிழ்ப்பண்பாட்டு வரலாற்றில் நிலை கொண்டுள்ளது.

அந்நூற்பா வருமாறு:

> ஒன்றே வேறே என்றிரு பால்வயின்
> ஒன்றி உயர்ந்த பாலது ஆணையின்
> ஒத்த கிழவனும் கிழத்தியும் காண்ப
> மிக்கோன் ஆயினும் கடிவரை இன்றே (தொல். களவு. 2)

ஒரு குடும்பத்துள் கணவன் மனைவி உறவு உடையோராக ஆதல் என்பது விதியின் பாற்பட்டது என்பதும் அவ்விதி பிறவிதொறும் அவர்களைக் கணவன் மனைவி ஆக்கும் என்பதும் இந்த நூற்பாவின் மையக் கருத்தாகும்.

இந்நூற்பாவிற்கு உரையெழுதும் இளம்பூரணர் 'ஒருவனும்' ஒருத்தியுமாக இல்லறம் செய்தவழி அவ்விருவரையும் மறுபிறப்பிலும் சேர்த்தலும் அவ்வாறு சேர்க்காமல் வேறாக்குத லும் ஆகிய இரு வகைப்பட்ட ஊழினும் இருவர் உள்ளமும் பிறப்புதொறும் ஒன்றி நல்வினைக்கண்ணே நிகழ்ந்த ஊழின் ஆணையின்படி பத்துவகைப் பொருத்தங்களுடன் கூடிய தலைவனும் தலைவியும் ஒருவரை ஒருவர் காண்பர். இருவருள்ளும் தலைவன் உயர்ந்தவனாகி இருப்பது கடியப்படாது என்று விளக்குவர்.

நச்சினார்க்கினியர் இந்நூற்பாவிற்கு விளக்கம் தருவதாவது: (தலைமகன் தலைமகள்) இருவர்க்கும் ஓரிடமும் வேறிடமும் என்று கூறப்பட்ட இருவகை நிலத்தின்கண்ணும் எல்லாப் பிறப்பினும் இன்றியமையாது உயிரொன்றி ஒருகாலைக்கு ஒருகால் அன்பு முதலியன சிறந்தற்கு ஏதுவாகிய பால்வரைத் தெய்வத்தின் ஆணையாலே பிறப்பு முதலியன பத்தும் ஒத்த தலைவனும் தலைவியும் எதிர்ப்படும். அங்ஙனம் எவ்வாற்றானும் ஒவ்வாது தலைவன் உயர்ந்தோன் ஆயினும் கடியப்படா.

உரையாசிரியர்கள் இளம்பூரணர் நாச்சினார்க்கினியர் இருவர்தம் உரையிலும் வேறுபாடு உள்ள ஓர் இடம் குறிப்பிடத் தக்கது. 'ஒன்றே வேறே என்றிரு பால்வயின்' என்பதற்குப் பால்வரைத் தெய்வம் பிறவிதொறும் கணவன் மனைவியாகக் காதலரைச் சேர்த்தலும் சேர்க்காமல் வேறுபடுத்தலும் என்று பொருள் கொண்டனர். இளம்பூரணர் கருத்துப்படி கணவன் மனைவி சில பிறவிகளில் சேராமல் போதலும் உண்டு என்பது புலனாகின்றது. இந்நூற்பாத் தொடருக்கு நச்சினார்க்கினியர் 'ஓரிடமும் வேறிடமும் என்று கூறப்பட்ட இருவகை நிலத்தின்கண்ணும்'

என்று விளக்கம் கூறினர். நச்சினார்க்கினியர் கூற்றுப்படி ஒன்றே வேறே என்பன குறிப்பிட்ட ஒரு நிலமோ அல்லது வேறு நிலமோ என்ற பொருளைத் தருகின்றன. குறிஞ்சி நிலத்தின் கண்ணும் தலைவனுக்கும் தலைவிக்கும் மலையும் ஊரும் வேறாதல் உண்டு என்பது நச்சினார்க்கினியர் கருத்து.

நச்சினார்க்கினியர் கருத்துப்படி காதலர்கள் எல்லாப் பிறப்பிலும் கணவன் மனைவியராகவே அமைந்தனர் என்பது பெறப்படுகின்றது. இக்கருத்து இளம்பூரணர் உரையில் வேறுவேறு ஆதலும் உண்டு என்பதற்கு மாறானது.

இந்த நூற்பா தரும் இரண்டு செய்திகள் மிகு கவனத்திற் குரியவை ஆகின்றன.

1. முற்பிறப்பு கருத்தியல்: பிறவிகள் பலவாதல் உண்டு என்பதும், அப்பிறவிகளுள் கணவன் மனைவி மாறாது வாழ்ந்தனர் என்பதும் பெறப்படுகின்றது.

2. பால்வரைத் தெய்வம் என்று சுட்டப்பெறுகின்ற வினைக்குரிய தெய்வத்தின் செயல்: இதனை விதிக்கோட்பாடு என்றும் அழைக்க முடியும். வினை என்பது நல்வினை, தீவினை என இரண்டாக விளக்கம் பெறுவது. நல்வினை கூட்டக் காதலனும் காதலியும் கூடினர் என்பது நூற்பா தரும் கருத்து.

முற்பிறப்பு மறுபிறவி எனும் கருத்தியல் பின்னாளில் சமயங்களால் ஏற்கப் பெற்றுப் பெரிய அளவில் விவாதிக்கத்தக்க கோட்பாடாக உருவாயிற்று. இந்தியச் சமயங்கள் பலவும் மறுபிறப்புத் தத்துவத்தை முன்மொழிவன ஆகும். என்றாலும் முற்பிறப்பு மறுபிறவி தத்துவத்தை முதன்முதலில் கண்டறிந்தவர் சமண சமயத்தவரே என்று அறிஞர்கள் கூறுவர்.

சமயங்கள் தோன்றித் தத்துவங்கள் உருவாக்கம் பெறுவதற்கு முன்பே முற்பிறப்புச் சிந்தனை சமூக வழக்கமாக உருப்பெற்றிருக்க வேண்டும். புராதனச் சமூக அமைப்பில் தோற்றம் பெற்ற முன்னோர் வழிபாட்டிற்கும் முற்பிறப்புச் சிந்தனைக்கும் தொடர்பு உண்டு. ஆதி மனிதன் இறந்துபோன முன்னோனைத் தன் கனவில் கண்டான். அதுபோல அடுத்தடுத்த தலைமுறைகளில் இறந்துபோனவர் உருவ அமைப்பில் குழந்தைகள் பிறந்தன. எனவேதான் தந்தையின் பெயரைத் தமிழன் மகனுக்குச் சூட்டி மகிழ்ந்தான். இவையெல்லாம் முற்பிறப்பு, மறுபிறவி சிந்தனைகளின் அடிவேர்களாகக் கணக்கிடுதல் வேண்டும்.

பிறவிதொறும் கணவன் மனைவி உறவு தொடர வேண்டும் என்பதைச் சங்கப்பாடல் ஒன்று எடுத்துக் கூறியுள்ளது.

அணிற் பல்லன்ன கொங்குமுதிர் முண்டகத்து
மணிக்கேழ் அன்ன மாநீர்ச் சேர்ப்ப
இம்மை மாறி மறுமை யாயினும்
நீயா கியர்என் கணவனை
யானாகியர் நின்னெஞ்சு நேர்பவளே (குறு. 49)

'இப்பிறவி முடிவடைந்து அடுத்த பிறவி எடுக்கும் போது நீயே எனக்குக் கணவனாக அமைவாய், நானே நின்னுடைய நெஞ்சம் விரும்பும் மனைவியாக அமைவேன்' என்று சங்கத் தலைவி தலைவனைப் பார்த்துப் பேசுவதாகப் பாடல் அமைந்துள்ளது.

முற்பிறப்பில் கணவன் மனைவியாக வாழ்ந்த பல்வேறு கதை மாந்தர்களைத் தமிழ் இலக்கிய வரலாற்று நெடுகிலும் பார்க்க முடியும். இவற்றுக்கெல்லாம் மூல காரணமாக அமைவது தொல்காப்பியம் சுட்டிய 'ஒன்றே வேறே' எனும் நூற்பா ஆகும். கணவன் மனைவி உறவு என்பது பிறவிதொறும் அமைவது, அது தெய்வச் செயலான் உருவானது எனும் கருத்தியல் தமிழ்ச் சமூக அமைப்பில் குடும்பம் எனும், ஒருதாரக் குடும்பம் எனும் நிறுவனம் நிலைபேறு கொள்வதற்கு அடிப்படை ஆகி உள்ளது.

இவ்வாறே ஊழ்வினைக் கோட்பாடு என்பதும் சமயம் சார்ந்த தத்துவமாகவே பிற்காலத்தில் பார்க்கப் பெற்றது. தமிழர் பண்பாட்டு வரலாற்றில் வினைக்கோட்பாடு பெரும் அளவில் வினையாற்றியுள்ளதை உணர முடியும். எல்லாவற்றிற்கும் விதியே காரணம் என நொந்த மனிதனின் வீழ்ச்சி வள்ளுவரைத் தொட்டிருக்க வேண்டும். எனவே தான் ஊழையும் வெல்ல முடியும் என்று வள்ளுவர் உரைத்தனர்.

தமிழ் மரபில் பால், பால்வரைத் தெய்வம், முறை, ஊழ், ஆகூழ், போகூழ், வினை, நல்வினை, தீவினை, விதி முதலான பெயர்களில் இது அழைக்கப் பெற்றுள்ளது. 'ஊழ்வினை உருத்து வந்து ஊட்டும்' என்று ஊழ்வினைத் தத்துவத்தை முன் வைத்துத் தமிழில் காப்பியமும் படைக்கப்பட்டது. ஊழ் என்று தனியே ஓர் அதிகாரத்தையே திருவள்ளுவர் படைத்தனர். வரலாற்றுக் காலம் முழுவதும் தமிழர்க்கு ஊழ்வினைக் கோட்பாட்டால் வீழ்ச்சியே ஏற்பட்டது என்று அறிஞர் விளக்குவர் (க.ப. அறவாணன். 1991). ஊழ் வினையால் நன்மை விளையவில்லையா? எனின் விளைந்தது உண்மை. அதனினும் தீமையே மிகுதி. முயற்சி இன்மையும், தாழ்வு மனப்பான்மையும், தோல்வியும் ஓர் இனத்திற்கு அடிப்படையாக மாறியமைக்கு ஊழ்வினைக் கோட்பாடு முதன்மைப் பங்களிப்பை அளித்துள்ளது.

இவ்வாறான வினைக்கோட்பாடு சமயச் சார்போடு உருவாவதற்கு முன்பே ஒரு சமூகச் சார்பாகப் புராதனத் தமிழர் பண்பாட்டில் அது உருவாகி இருந்தது. பால், பாலது ஆணை,

பால்வரைத் தெய்வம் முதலிய பெயர்கள் ஊழ்வினைக் கோட்பாட்டின் மிகப் பழைய பெயர்கள் ஆகும். 'பால்' என்ற சொல்லின் அடியாக இத்தத்துவம் தோன்றி இருக்க வேண்டும்.

(இது பற்றிய ஒரு கட்டுரையைப் போராசிரியர் சிவத்தம்பி அவர்கள் 1980களுக்கு முன்பே எழுதி வெளியிட்டிருந்தார். எண்பதுகளில் படித்த அக்கட்டுரை இப்பொழுது முயன்றும் கிடைத்தபாடில்லை. அக்கட்டுரையை அடியொற்றிச் சில செய்திகளை இங்கே கூற முடியும்)

பால், பகுப்பு, பகுதி, பங்கு, பங்கீடு என்பதான சொற்களுக் கிடையே பெரும் தொடர்பு உண்டு. புராதனத் தமிழ்ச் சமூகத்தில் பொருளைப் பகுத்துக் கொடுத்தல், பகுத்துண்ணல் முறை ஆகியன வழக்கில் இருந்தன. 'பாதீடு' எனும் பகுத்துக் கொடுக்கும் முறையை வெட்சித் திணையின் துறையாகத் தொல்காப்பியம் சுட்டும். கவர்ந்து வந்த ஆநிரைகளை இன்னார்க்கு இவ்வளவு எனும் வரிசை முறைப்படி பங்கிட்டுக் கொடுத்தனர். இம்முறைக்கு 'வரிசை அறிதல்' எனும் பெயரைச் சங்க இலக்கியம் சூட்டி உள்ளதை அறிய முடியும். வரிசை அறியாது வழங்கிய பொருளைப் புலவன் மறுத்துச் செல்வதையும் அதனால் தோன்றிய வெகுளியையும் சங்கப் பாடல்கள் விளக்கி உள்ளன.

ஆநிரைகளைக் கவர்ந்து வந்த பின்பு அவை சிறுகுடியினர் அனைவருக்கும் பகிர்ந்து கொடுக்கப்பட்டன. அவ்வாறான பகிர்வு, பகுப்பு அல்லது பாதீடு ஒரே சீராக இருப்பது இல்லை. நிமித்தம் பார்த்தும், கணித்தும் வெற்றி கிடைக்கும் என்று குறிபார்த்தும் கூறிய கணியன் போன்றோர் மிகுதியான ஆநிரைகளைப் பெற்றனர். சிறுகுடியின் தலைவன், சிறுகுடியினர், மறவர் என அனைவருக்கும் அவரவர் தகுதிக்கு ஏற்ப ஆநிரைகள் வழங்கப்பட்டன. இவ்வாறு வழங்கப்பட்ட ஆநிரைகள் சீராக இல்லாமலும் போரில் ஈடுபடாதவர் மிகுதியாகவும் ஆநிரை கவர்ந்து வந்த மறவர் குறைவாகப் பெறுவதாகவும் இருந்தது. இவ்வாறான ஏற்றதாழ்விற்குக் காரணமாகவே பால், பாலதாணை, பால்வரைத் தெய்வம் ஆகிய கருத்தியல்கள் உருவாயின என்று பேராசிரியர் சிவத்தம்பி விளக்கி இருப்பர்.

ஆகப் பண்டைத்தமிழர் முற்பிறப்பு, மறுபிறப்பு, பால்வரைத் தெய்வம் முதலியன பற்றி அறிந்திருந்தனர் என்பதில் ஐயமில்லை. ஆயின் அவற்றைக் களவியலோடு சேர்த்துக் கோட்பாடாக்கினர் என்பதில் ஐயமுண்டு.

1. முன்பின் அறியாத வேறு வேறு சிறுகுடியைச் சேர்ந்த ஆண் ஒருவனும் பெண் ஒருத்தியும் சந்தித்து உறவு கொள்வதே களவு வாழ்க்கை ஆகும். அப்படி இருக்கும்போது இவர்கள்

பிறவிதொறும் கணவன் மனைவியாக வாழ்ந்தவர் என்று கூறுவது எவ்வாறு பொருந்தும் என்பது புலனாகவில்லை.

2. அவ்வாறு மணம் புரிந்து கொள்வது ஊழ்வினையின் முற்பிறப்பு வினையின் காரணமாகவே என்பதை அறிந்திருந்தால் இவ்வாறான மணத்திற்கு ஏன் இவ்வளவு இடையூறுகளும் போராட்டங்களும். தலைவிதியே என்று அமைதி ஆகி இருக்கலாம்.

3. களவு மணத்தைப் புனிதப்படுத்தும் முயற்சியாகவே இந்த நூற்பாவைக் கருத வேண்டி உள்ளது. முற்பிறப்பு கணவன் மனைவியே இப்பிறப்பில் காதலராக உள்ளனர்; இதுவும் ஊழ்வினைப்படியே நடைபெறுவது என்று கூறுவதன் மூலம் ஒருவகையான சமூகப் பதற்றம் தணிக்கப்படுவதை அறிய முடியும்.

4. கற்பு மணம் அதாவது பெற்றோர் இசைவு மணம் வழக்கில் வந்த பின்னர்க் களவு மணமும் சமூகத்தில் இணை முரணாகக் காட்சி அளித்தது. அதே நேரத்தில் கற்பு மணத்தின் நீட்சியே களவு மணம் என்று கூறுவதன் மூலம் அம்முரண்பாடு தீர்க்கப்பட்டது.

5. ஆக மேல் நூற்பா கற்பு மணம் வழக்கில் வந்த பின்பு ஏற்பட்ட முரண்பாட்டைத் தணிக்கவே கற்பு மணத்திற்கு ஏற்ப ஆக்கம் பெற்ற நூற்பாவாகக் கொள்ள வேண்டி உள்ளது.

6. இந்நூற்பாவில் உள்ள 'ஒத்த கிழவனும் கிழத்தியும்' எனும் தொடர் மிகு முதன்மை வாய்ந்தது. பத்து வகையான பொருத்தங்களும் உடைய தலைவனும் தலைவியுமே களவு மணத்தில் ஈடுபடுவர் என்பதை இந்நூற்பா தெளிவுபடுத்துகிறது.

7. பத்துவகையான பொருத்தங்களுள் குடிப்பிறப்பு ஒன்றாக இருக்க வேண்டும் என்பதும் ஒரே குடியில் தோன்றியவராக இருக்க வேண்டும் என்பதும் ஒருவகைப் பொருத்தமாகும்.

8. இவ்வாறான பொருத்தங்கள் பார்த்துக் களவு மணம் நடைபெற்றது என்பதற்குப் பண்டைத் தமிழ்ப் பண்பாட்டில் சான்றுகள் இல்லை என்றே கூற வேண்டும்.

9. பிற்காலத்தில் பெற்றோர் இசைவு மணம் வழக்கில் வந்த பின்பு ஏற்பட்ட முரண்பாட்டைத் தணிக்கவே இந்நூற்பா இடைச்செருகலாக நுழைக்கப்பட்டிருக்க வேண்டும் என்ற முடிவிற்கு வர இயலும்.

ஆகச் சமயங்கள் வலுபெற்று நிறுவன வயப்பட்ட பிறகு மறுபிறப்பு, ஊழ்வினை பற்றிய கோட்பாடுகள் சமூகப் பண்பாட்டில் அறிமுகமான பிறகு சமயங்களின் ஆதிக்கம் காரணமாக மேல் நூற்பா உருவாக்கப்பட்டிருக்க வேண்டும். இந்த நூற்பா ஆக்கத்தின் மூலம் களவு வாழ்வின் அடிப்படைக் கருத்தியலே மாற்றியமைக்க வேண்டி இருந்தது.

காதலருக்குரிய மணப்பொருத்தங்கள்

'ஒன்றே வேறே' என்ற நூற்பாவினுடைய "ஒத்த கிழவனும் கிழத்தியும்' எனும் நூற்பா அடியும் 'மிக்கோனாயின் கடிவரை இன்றே' எனும் நூற்பா அடியும் மிகு முதன்மை வாய்ந்த கருத்தியலைத் தமிழ்ச் சமூகத்திற்கு வழங்கி உள்ளன என்று கூற முடியும்.

ஒத்த கிழவன் கிழத்தி என்பது தலைமகனுக்கும் தலைமகளுக்கும் உள்ள பொருத்தப்பாட்டை விளக்குவது. 'பொருத்தம்' என்பது 'ஒப்பு' என்பதாக மெய்ப்பாட்டியலுள் (25) கூறப்பட்டுள்ளது. பொருத்தம் அல்லது ஒப்பு பத்து வகைப்படும்.

'மிக்கோனாயின் கடிவரை இன்றே' எனும் தொடர் பொருத்தப்பாட்டுள் தலைவியை விடவும் தலைவன் உயர்ந்தவனாகவும் இருக்கலாம். அவ்வாறு உயர்ந்தவனாக இருப்பது ஏற்கத் தக்கதே எனத் தொல்காப்பியம் கூறியுள்ளது. பத்து வகை ஒப்பாவது வருமாறு:

பிறப்பே குடிமை ஆண்மை ஆண்டொடு
உருவு நிறுத்த காம வாயில்
நிறையே அருளே உணர்வொடு திருவென
முறையுறக் கிளந்த ஒப்பினது வகையே (தொல். மெய். 25)

இந்நூற்பாவிற்கு உரையெழுதும் இளம்பூரணர் பின்வருமாறு விளக்கம் கூறுவர்: பிறப்பு என்பது பிறந்த குலம்; குடிமை என்பது குலத்திற்கேற்ற ஒழுக்கம்; ஆண்மை என்பது ஆளுமைத்திறன்; ஆண்டு என்பது ஆணுக்கும் பெண்ணுக்குமான திருமண வயது. உரு என்பது வனப்பு; நிறுத்த காம வாயில் என்பது நிலை நிறுத்தப்பட்ட புணர்ச்சிக்கு வாயில்; நிறை என்பது அடக்கம்; அருள் என்பது கருணை; உணர்வு என்பது அறிவு; திரு என்பது செல்வம். இவ்வாறு இளம்பூரணர் விளக்கம் கூறுவர்.

இவற்றுள் பிறப்பு என்பதற்கு இளம்பூரணர் தரும் விளக்கம் குறிப்பிடத்தக்கது. "பிறப்பாவது அந்தணர், அரசர், வணிகர், வேளாளர், ஆயர், வேட்டுவர், குறவர், நுளையர் என்றாற் போல வரும் குலம்" என்று விளக்குவர்.

பிறப்பு மிகுதல் என்பதற்கு நச்சினார்க்கினியர் தரும் விளக்கமும் குறிப்பிடத்தக்கது.

மிகுதலாவது குலம், கல்வி, பிராயம் முதலியவற்றின் மிகுதல். எனவே அந்தணர், அரசர் முதலிய வருணத்துப் பெண் கோடற்கண் உயர்தலும் அரசர் முதலியோரும் அம்முறை உயர்தலும் கொள்க என்ற நச்சினார்க்கினியர் உரையானது, அந்தணர் தம் குலத்திற்குக் கீழே உள்ள அரசர், வணிகர், வேளாளர் பெண்களைத் திருமணம் செய்த வழி உயர்தல் என்பதையும் அரசர் தம் குலத்திற்குக் கீழே உள்ள வணிகர், வேளாளர் பெண்களை மணப்பதின் வழி உயர்தல் என்பதையும் வணிகர் தம் குலத்திற்குக் கீழே உள்ள வேளாளர் பெண்ணை மணப்பதின் வழி உயர்தல் என்பதையும் விளக்கி உள்ளது.

இதனையே உரையாசிரியர் பேராசிரியர் 'பிறப்பினது வகை என்பது அந்தணர்க்கு நான்கும் அரசர்க்கு மூன்றும் வணிகர்க்கு இரண்டும், வேளாளர்க்கு ஒன்றும் எனவும் கூறுக' என்று விளக்குவர். அந்தணர் தம் குலத்துப் பெண் அன்றி ஏனைய மூன்று குலத்துப் பெண்ணையும் கோடலின் அவர் வகை நான்காயிற்று. இவ்வாறே அரசர் முதலியோர்க்கும் வகை விளக்கப்பட்டுள்ளது.

பொருளதிகார மெய்ப்பாட்டியலில் விரிவாகவும் களவியலில் ஒப்பு என்ற வகையிலும் கூறப்பட்டுள்ள பத்து வகைப் பொருத்தங்கள் களவியல் காதலருக்குப் பொருந்தக்கூடியதா என்ற வினா இங்கே எழுகின்றது.

யாயும் ஞாயும் யாரா கியரோ
எந்தையும் நுந்தையும் எம்முறைக் கேளிர்
யானும் நீயும் எவ்வழி அறிதும்
செம்புலப் பெயல்நீர் போல
அன்புடை நெஞ்சந் தாம்கலந் தனவே   (குறு. 137)

குறுந்தொகையில் இடம்பெற்றுள்ள இப்பாடல் களவுக் காதலர்தம் பிறப்புப் பற்றியும் குலம் பற்றியும் எடுத்துக் கூறியுள்ளது. என்னுடைய தாயும் உன்னுடைய தாயும் யார் என்பது அறியுமாறு இல்லை. என்னுடைய தந்தையும் உன்னுடைய தந்தையும் எந்த வகையில் உறவு என்பதையும் அறிய முடியவில்லை. நானும் நீயும் எந்தவழி வந்தவர் அல்லது எந்தக் குலத்தில் பிறந்தவர் என்பதையும் அறிய முடியவில்லை. ஆனாலும் செம்புலப் பெயல் நீர் போல நம் நெஞ்சங்கள் கலந்தன என்று தலைவன் கூறுவதாக இப்பாடல் அமைவு பெற்றுள்ளது.

களவுக் காதலர்கள் எந்தக் குலத்தில் பிறந்தவர் என்பதை அறிந்து காதல் கொள்வது மரபு அன்று. அஃது கற்புக் காதலர்க்கு உரியது. குலம், கல்வி, செல்வம் எனும் பொருத்தப்பாட்டைப் பார்த்து வருவது அன்று களவுக் காதல். ஒரே குலத்தில் பிறந்தவரே களவுக் காதல் கொள்ளுதல் வேண்டும் என்பது கற்பு மணத்தின் அடிப்படை ஆகும். அதுவே பெற்றோர் இசைவு மணம் என்று

கூறப்படும். பத்து வகை ஒப்பு என்பது கற்பு மணத்திற்காகப் பார்க்கப்படுவது. கற்பு மணம் வழக்கில் வந்த பிறகு களவு மணத்தைக் கற்பு மணத்திற்குள் கொண்டு வரும் ஒரு முயற்சியின் உத்தியாகப் பொருத்தங்களைக் கருதுதல் வேண்டும்.

'மிக்கோனாயின் கடிவரை இன்றே' என்ற தொடர் மிகத் தெளிவாக வருணாசிரமத் தத்துவத்தை அடிப்படையாகக் கொண்டுள்ளது என்பதை உணர முடியும். உரையாசிரியர் உரைகளும் வருண அடிப்படையைக் கொண்டே அமைக்கப் பெற்றுள்ளன.

ஆகவே களவுக் காதலர்க்குக் கூறப்பட்ட பத்து வகை ஒப்புமை பற்றிய கருத்துகளும் இடைச்செருகலாக மிகப் பிற்காலத்தில் தொல்காப்பியத்துள் சேர்க்கப்பட்டிருக்க வேண்டும் என்ற முடிவிற்கு வரமுடியும். தவிரக் களவு வாழ்க்கை தோன்றிய காலத்தில் இவ்வாறான பொருத்தங்கள் பற்றியோ நால்வருணக் கருத்துகள் பற்றியோ தமிழ்ச் சமூகம் உணர்ந்திருந்தது என்று கூறுவதற்குச் சான்றுகளும் இல்லை. ஆயின் இனக்குழு வாழ்க்கை முறைக்கு என்று சில பொருத்தப்பாடுகள் இருந்திருக்கக்கூடும். அவற்றை ஆராய்வதும் இன்றியமையாததாகும். இதனை மானிடவியல் அறிஞர் மேற்கொள்வது நன்று.

தலைமகன் வேதம் ஓதப் பிரிந்தானா?

தொல்காப்பிய அகத்திணை இயலில் கூறப்பட்டுள்ள 'பிரிவு' பற்றிய நூற்பாக்கள் அடுத்த நிலையில் கவனத்தைப் பெறுவனவாக உள்ளன.

ஓதல் பகையே தூதிவை பிரிவே   (தொல். அகம். 27)

அவற்றுள்
ஓதலும் தூதும் உயர்ந்தோர் மேன   (தொல். அகம். 28)

களவு, கற்பு எனும் இரண்டு கைகோள் மரபு வாழ்க்கையிலும் தலைவன் தலைவி இடையே பிரிவு நிகழ்வதற்குரிய காரணங்களைத் தொல்காப்பியர் கூறியுள்ளார். அக்காரணங்களின் அடிப்படை யில் பிரிவு மூன்று வகைப்படும் என்பது அவரது கருத்தாகும். ஓதற்பிரிவு, பகைவயிற் பிரிவு, தூதிற்பிரிவு எனும் மூன்றும் பிரிவு வகையாம். ஓதற்பிரிவு என்பதற்கு இளம்பூரணர், "ஓதற்குப் பிரிதலாவது தமது நாட்டகத்து வழங்காது பிற நாட்டகத்து வழங்கும் நூல் உளவன்றே. அவற்றினைக் கற்றல் வேண்டிப் பிரிதல்" என்று விளக்கம் கூறுவர்.

மூன்று பிரிவில் ஓதலும் தூதும் உயர்ந்த வகுப்பினர்க்கு உரியது என்பதும் தொல்காப்பியர் கருத்து. இவ்விரண்டும் அந்தணர், அரசர், வணிகர் ஆகிய மூவர்க்கும் உரித்து என்பது

நச்சினார்க்கினியர் கருத்து. இளம்பூரணர் இவ்விரண்டு பிரிவுகளும் அந்தணருக்கும் அரசர்க்கும் உரித்து என்று வணிகரை நீக்குவர்.

அகப்பொருள் காதல் மாந்தர்க்கு ஓதற்பிரிவு எதற்காக நிகழும் என்பதற்கான விளக்கத்தை நச்சினார்க்கினியர் தமது உரையில் விளக்கமுற உரைப்பர். அவர் கூறுவதாவது:

இல்லறம் நிகழ்கின்ற காலத்தே மேல்வரும் துறவறம் நிகழ்த்துவதற்காக அவற்றைக் கூறும் நூல்களையும் கற்று அவற்றின் பின்னர்த் தத்துவங்களையும் உணர்ந்து மெய்யுணர்தல் அந்தணர் முதலிய மூவர்க்கும் வேண்டுதலின் ஓதற்பிரிவு அந்தணர் முதலியவர்க்கே சிறந்தது என்றார்.

இனிச் சோமசுந்தர பாரதியார் 'ஓதலும் தூதும் உயர்ந்தோர் மேன' எனும் நூற்பாவில் வரும் உயர்ந்தோர் என்பவர் நால் வருணத்தார் அல்லர் என்று மறுப்பர். உயர்ந்தோர் என்போர் அடியோர், வினைவலர் ஒழிந்த திணை நிலை மாந்தராகிய உயர்ந்தோர் என்று பொருள் கொள்வர். உயர்ந்தோர் எனப்படுவோர் அந்தணர், அரசர் என்று பொருள் கொள்வது பொருந்தாது எனவும் தொல்காப்பியர் நானில தமிழ் மாந்தரையே அகத்திணை இயலில் சுட்டினாரே அன்றி வருண மக்களை எங்கும் கூறவில்லை எனவும் எடுத்துக் கூறி நச்சினார்க்கினியர் உரையை மறுத்துரைப்பர்.

மேல் நூற்பாக்களையும் நூற்பாக்களுக்கான பழைய உரைகளையும் ஆய்வு செய்ததிலிருந்து பின்வரும் கருத்துகளை முன்வைக்க இயலும்.

1. அகப்பொருள் இலக்கியங்களில் பேரிடம்பெற்ற பிரிவுகளாகப் பொருள்வயிற் பிரிவும் பரத்தையிற் பிரிவும் மட்டுமே விளங்குகின்றன. வினைவயிற் பிரிவு என்பது முழுமை பெற்றதாக இல்லாமல் வினை முடித்து மீளும் தலைவன் நிலை பாடுவதாக மட்டுமே அமைந்துள்ளமையைக் காண முடியும்.

2. ஆகச் சங்கப் புலவர் மரபில் அகப்பிரிவு என்பது பரத்தையிற் பிரிவு. பொருள்வயிற் பிரிவு, வினைவயிற் பிரிவு ஆகியவற்றையே அறிய முடிகின்றது.

3. ஆயின் தொல்காப்பியம் ஓதற்பிரிவு, பகைவயிற் பிரிவு, தூதிற்பிரிவு எனும் மூன்று பிரிவுகளையே முதன்மைப் பிரிவுகளாகக் கூறியுள்ளதை அறிய முடிகின்றது.

4. ஓதல், பகை, தூது ஆகிய பிரிவுகள் களவு வாழ்க்கை வழக்கிலிருந்த புராதனத் தமிழ்ச் சமூகத்தில் வழக்கில் இருந்ததாகக் கூறுவதற்கு இல்லை.

தொல்காப்பியம்

5. களவு வாழ்க்கை தோற்றம் கண்டது சிறுகுடி வாழ்வு முறையாகிய இனக்குழு வாழ்க்கை முறை அமைப்பில் ஆகும்.
6. சிறுகுடி அமைப்பு பின்னாளில் படிமலர்ச்சியுற்றுச் சிறூர் மன்னர், குறுநில மன்னர், அரசர், பேரரசர் எனும் நிலையில் சமூகம் வளர்ந்தது.
7. இவ்வளர் நிலையில் அரசர், பேரரசர் அமைப்பாகிய வேந்தர் சமூக அமைப்பையே ஓதல், பகை, தூது முதலிய பிரிவுகள் பிரதிபலிப்பதாகக் கொள்ள முடியும். இனக்குழு வாழ்க்கை முறையில் பகை, தூது முதலிய நீண்ட பிரிவுகள் இருப்பதற்கு வாய்ப்பில்லை.
8. ஓதற்பிரிவு என்பதற்குப் பார்ப்பனர் வேதம் கற்கப் பிரிதல் என்பதாகவே பொருள் கொள்ளுதல் வேண்டும்.
9. தமிழர் மரபில் ஓதற் பிரிவு நிகழ்ந்ததற்கான சான்றுகள் ஏதும் இல்லை.
10. அகப்பொருள் மரபு என்பது தமிழ் நிலத்து வழங்கும் வழக்கையும் செய்யுளையும் ஆய்ந்து உருவாக்கப்பட்டது. திணை நிலை அல்லது திணைக்குடி மக்களும் திணைக்குடி மக்களில் இருந்து கிளவி மக்களும் பாடலில் இடம் பெறுவர். மாறாகப் பார்ப்பனரைக் கிளவி மக்களாக வைத்து அகப்பாடல் பாடப் பெறுவது தமிழ் மரபிற்கு மாறானது ஆகும்.
11. தமிழர் அகப்பொருள் மரபுகளை ஆரியமயமாக்கல் மூலம் மாற்றம் செய்யும் உத்தி முறைகளுள் ஒன்றாக ஓதற் பிரிவையும் கருத வேண்டி உள்ளது.
12. அகப்பொருள் மாந்தர்கள் ஓதுதல் நிமித்தம் பிரிந்தனர் என்று கூறுவதன் மூலம் அம்மாந்தர்கள் ஆரியப் பிரிவினர் எனும் கருத்தியலைத் தோற்றுவிக்க முடியும். ஏனெனில் பார்ப்பனர் அல்லாதார் எவரும் வேதம் ஓதுவதற்கு ஆரியமரபு உடன்படுவது இல்லை.
13. மிகப் பின்னாளில் தொல்காப்பியத்தை ஆரியமயமாக்கும் முயற்சியின் ஒரு பகுதியாக 'ஓதல் பகையே தூதிவை பிரிவே' எனும் நூற்பாவை இடைச் செருகலாகச் சேர்த்திருக்க வேண்டும் என்று முடிவுரைக்க முடியும்.
14. தொல்காப்பியர் திரணதூமாக்கினி எனும் பெயர் பெற்ற ஆரியர் என்பதும் தொல்காப்பியம் ஆரிய இலக்கணங்களைப் பார்த்து உருவாக்கப்பட்டது என்பதும் அவரும் ஐந்திரம் படித்தவர் என்பதும் களவியல்

என்பது ஆரிய மணத்தில் ஒன்று என்பதுமான கருத்தாக்கப் பின்னணியில் ஓதற்பிரிவையும் இணைத்து நோக்குதல் வேண்டும்.

களவியல்: அழிவின் அரசியலும் ஆக்கத்தின் அரசியலும்

தொல்காப்பியத்தில் ஏற்பட்ட இடைநீக்கல் பற்றியும் இடைச்செருகல் பற்றியும் ஆராய வேண்டுமெனில் அப்பிரதி தமிழ்ச் சமூகத்தில் கடந்து வந்த வரலாற்றை முதன்மையாக ஆராய வேண்டும். ஒட்டுமொத்த தொல்காப்பியப் பிரதி பற்றிய ஆய்வு இங்கு நிகழ்த்தப்படவில்லை. தொல்காப்பியம் சுட்டும் களவியலை மட்டுமே மையமாக வைத்து ஆராய்ச்சி இங்கு மேற்கொள்ளப்பட்டுள்ளது.

தொல்காப்பியப் பிரதியில் ஏற்பட்ட மாற்றங்கள் அல்லது படிமலர்ச்சியின் காலம் என்பது ஒரு குறிப்பிட்ட வரையறைக்கு உட்படுவது அன்று. ஆயிரக்கணக்கான ஆண்டு எல்லையை இப்படிமலர்ச்சிக்கு வழங்குதல் வேண்டும். அந்த வகையில் தொல்காப்பியத்தின் காலம் என்பதை ஒரு வரையறைக்குள் அடக்குவதும் ஆராய்ச்சிப்போக்கில் இடர்ப்பாடுகளை ஏற்படுத்த வல்லது.

தொல்காப்பியர் குறிப்பிடும் களவியல் புராதனத் தமிழ்ச் சமூகத்தில் வழக்குப் பெற்றிருந்த ஒரு மண வடிவம் ஆகும். இது பிற்காலத்தில் பாணர்களால் வாய்மொழி இலக்கியங்களாக வடிவெடுத்தது. பாணர் மரபிலிருந்து எழுத்து முறைக்கு மாறிய பின்பு தொல்காப்பியம் உருவாகி இருக்க வேண்டும். சமூக மாற்றத்தின் காரணமாகப் பின்னாளில் களவுமணம் தமிழ்ச் சமூகத்தால் மறுதலிக்கப் பெற்றது. இம்மறுதலிப்பின் உச்சமாகக் களவு என்பது வெறும் கற்பனைப் புனைவு என்றும் இலக்கிய மரபு என்றும் கருத்துருவாக்கம் பெற்றது.

களவு வாழ்க்கை முறை என்ற நிலையில் தொடங்கி அது வெறும் கற்பனைப் புனைவு என்ற நிலை வரையில் நிகழ்ந்த மாற்றங்கள் ஆராய்ச்சிக்குரியவை. இடைப்பட்ட காலத்தில் நிகழ்ந்த சமூக மாற்றங்களும் அரசியல், மொழி, சமய மாற்றங்களும் கணக்கில் கொள்ளப்பெறுதல் வேண்டும். இவ்வாறான மாற்றங்களுக்கு அடிப்படையாகத் தொழிற்பட்ட அரசியல் அல்லது இலக்கிய, மொழி அரசியல் முதன்மையான கவனத்தைப் பெறுவதாகும். இவற்றை ஆராய்வதாக இனிவரும் பகுதி அமையும்.

தாய்த்தலைமை வீழ்ச்சியும் களவுமண வீழ்ச்சியும்

வரலாற்றிற்கு முற்பட்ட தமிழ்ச் சமூகம் தாய்வழித் தலைமையைப் பெற்றிருந்தது என்பது இன்று எல்லோராலும்

ஏற்றுக்கொள்ளப்பட்ட உண்மை ஆகும். இனக்குழு வாழ்க்கை முறையில் அன்னையே தலைமை ஏற்றிருந்தாள். தாய்வழிச் சமூக அமைப்பில் பெண்ணே முதன்மையானவள். மனிதகுலச் செழிப்பிற்கும் வளமைக்கும் அவளே காரணமாக அன்றைய சமூகம் கருதியது. குழந்தைப்பேறு ஒரு பெண்ணைக் கடவுள் நிலைக்கு உயர்த்தியது. சொத்துரிமை மட்டுமின்றிச் சமயச் சடங்குகளை இயற்றும் பூசாரிகளாகவும் பெண்களே திகழ்ந்தனர். இயற்கையை ஏவல்கொள்ளும் ஆற்றல் கைவரப் பெற்றவராகப் பெண்கள் கருதப்பட்டனர். காற்றை, மழையை, தீயைக் கட்டுப்படுத்தும் ஆற்றல் பெண்களிடம் இருந்ததாக நம்பப் பெற்றது. பெண்ணின் ஒவ்வொரு பருவமும் ஒவ்வொரு ஆற்றலுக்கு உரியதாக இருந்துள்ளது. கன்னி ஆற்றல், அன்னை ஆற்றல், அவ்வை ஆற்றல் என்பதாக அவற்றைக் கூற முடியும். உணவு சேகரிப்பு, வேட்டை ஆகியவற்றைத் திட்டமிடுவதில் பெண்களே அல்லது இனக்குழுத் தலைவியே முதன்மை பெற்றிருந்தாள். வேட்டைப் பொருட்களை அவளே இனக்குழுவினர்க்குப் பகிர்ந்து அளித்துள்ளாள்.

குடும்ப அமைப்பு முறை தாய்வழியில் கணக்கிடப் பெற்றது. குடும்பத்தின் வாரிசு மகள் வழியில் அமைந்தது. கணவன் மனைவி வீட்டில் தங்கித் தொண்டு செய்பவனாக விளங்கி உள்ளான். தாய்வழிச் சமூக அமைப்பில் தாயின் பெயரால் மகள் அழைக்கப்பட்டாள். சங்க இலக்கியப் புலவருள் ஒருவரான அஞ்சியத்தை மகள் நாகையார் (அகம். 352) இவ்வாறு அழைக்கப்பட்டவளே. பழையோள் குழவி, கொற்றவைச் சிறுவ என்று முருகன் தாய்வழிப் பெயரினைப் பெற்றிருந்தனன்.

பெரும் போர்க்காலங்களில் போருக்கு அனுமதி வழங்குவதும் நிமித்தம் பார்த்தலும் யாரைக் களத்திற்கு அனுப்ப வேண்டும் என்பதை முடிவு செய்வதும் முதுகுடிப் பெண்களின் கடமையாக இருந்துள்ளன. போர்த் தெய்வம் கொற்றவையாக இருப்பதும், வெற்றியைத் தருவது கொற்றவை என்பதும் பழைய சமூகத்து நம்பிக்கை ஆகும்.

குடும்ப அமைப்பில் பாட்டி, தாய், மகள் என்ற வரிசையில் முதன்மை பெற்றிருந்தனர். இங்குக் கணவன் நிலை என்பது முன்பு சொன்னது போலத் தொண்டு செய்யும் நிலையே. மகனாகப் பிறக்கும் ஆண் பிள்ளைகள் வேறொரு தாய்வழிக் குடும்பத்தில் கணவனாக மாறுவான். என்றாலும் தான் பிறந்த குடும்பத்தில் தாய்மாமன் என்ற முறையில் முதன்மை பெற்றவனாக விளங்கி உள்ளான்.

இப்படியான சமூக அமைப்பில் ஒரு பெண்ணைக் காப்பவளாகத் தாயே விளங்கி இருக்கிறாள். பெண் அல்லது

மகள் குறித்து எந்த ஒரு முடிவையும் எடுக்கும் அதிகாரம் தாயிடம் மட்டுமே இருந்தது. இக்குடும்ப அமைப்பில் தந்தைக்கு என்று எந்த அதிகாரமும் இல்லை. எனவேதான் இத்தகு சமூக அமைப்பில் தோன்றிய களவு வாழ்க்கையில் தந்தைக்கோ அல்லது தமையனுக்கோ கூற்று இல்லாமல் இருந்தது. களவு வாழ்க்கையில் பெண்ணை அல்லது மகளை இற்செறித்தல், அலர், அம்பல் கண்டு வருந்துதல், வெறியாட்டை நிகழ்த்துதல், உடன்போக்கின்போது மகளைத் தேடிச் சுரவழியிற் செல்லுதல் என அனைத்து நிலையிலும் நற்றாயே முதன்மை பெற்றிருந்தாள்.

இவ்வாறான சமூக அமைப்பு பின்னாளில் மாற்றத்திற்கு உள்ளானது. மனித சமூக வரலாற்றில் தாய்வழியில் இருந்து தந்தைவழியிலான தலைமைச் சமூகம் தோற்றம் கொண்டது. இம்மாற்றமும் திடீரெனத் தோன்றியது இல்லை. நீண்ட ஒரு கால நீட்சியில் இம்மாற்றம் உருப்பெற்று நிலைத்தது.

தந்தைவழிச் சமூகம் தோற்றம் பெறுவதற்கும் தாய்வழிச் சமூகம் வீழ்ச்சியடைந்தமைக்கும் பல்வேறு காரணங்களைச் சமூகவியல் அறிஞர்களும் மானுடவியல் அறிஞர்களும் கூறி உள்ளதை நினைவில் கொள்ளுதல் வேண்டும்.

1. இன வளமைக்கும் அதிலிருந்து இயற்கை வளத்திற்கும் ஆதியில் பெண்களே காரணர் என்று நம்பப்பெற்றது. இதன் காரணமாகத் தாய் மிக மதிக்கப்பெற்றுத் தாய்வழிச் சமூகம் நிலைகொண்டிருந்தது. ஆயின் ஒரு பெண் பிள்ளைப்பேறடைய ஆண்தான் காரணம் என்பதை அவன் எப்போது அறியத் தொடங்கினானோ அதுமுதல் தந்தைவழித் தலைமை தோற்றம் கொள்ளத் தொடங்கியது.

2. தந்தை மூலமே பிள்ளைப்பேறு ஏற்படுகின்றது என்ற உடல் தத்துவ முறை தெரிய வந்ததும் தந்தை உணர்வில் ஒரு புது அம்சம் ஏற்பட்டது. அந்த அம்சமே உலகின் எல்லா இடங்களிலும் தந்தைவழிச் சமூகங்கள் அமைய வழி கோலியுள்ளது (பெர்ட்ராண்டு ரஸ்ஸல். 1965)

3. தனிச் சொத்துடைமை தோன்றியதும், தந்தைவழிச் சமூகம் அமையக் காரணமாகி உள்ளது. உணவு சேகரிப்பு அல்லது வேட்டைச் சமூக அமைப்பில் உணவு என்பது மிதமிஞ்சியதாகக் கிடைக்கவில்லை. கிடைத்த உணவு அனைவருக்கும் பகிர்ந்து அளிக்கப்பட்டது. ஆனால் கால்நடை உடைமைச் சமூகம் அவ்வாறில்லை. ஓர் இனக்குழுவிற்கு மந்தை நிலையில் ஆநிரைகள் உற்பத்தி ஆனபோது அவற்றைப் பாதுகாக்கும் பெரும் பொறுப்பும் பராமரிக்கும் பெரும் பொறுப்பும்

இருப்பிடம் கடந்து மேய்ச்சல் பகுதிக்கு அழைத்துச் செல்லும் பொறுப்பும் ஆடவர்க்கே நேரிட்டது. இதன்வழி அக்குழுவின் செல்வமான ஆநிரைகள் ஆண் வழிக்குச் சொந்தமாகும் நிலை உருப்பெற்றது. ஆநிரைகள் பெருகப் பெருகவும் அவை தனியுடை நிலையை அடையவும் இயல்பாகவே ஆடவர் முதன்மை பெறலாயினர்.

4. இத்தகு சூழலில் பெண்கள் பெரும் உழைப்பு முறையிலிருந்து ஒதுங்க வேண்டிய சூழலும் ஏற்பட்டது. மாதவிடாய்க் காலங்களும் மகப்பேற்றுக் காலங்களும் பெண்களை உழைப்பிலிருந்து துண்டித்தன. இதனால் பெண்கள் சார்ந்து வாழும் முறையும் உருவாயிற்று.

5. இவ்வாறான சமூக அமைப்பில் சொத்துடைமை என்பது சிக்கலுக்கு உரியதாகவும் ஆயிற்று. ஆநிரை முதலிய சொத்துகள் ஆண்களுக்கு உரிமை ஆன அதே நிலையில் சமூகத்தின் பழைய மரபுப்படி அச்சொத்து பெண்களைச் சென்று சேர்ந்தது. இவ்வாறான ஒரு சமூக முரணே தாய்த்தலைமை முற்றும் வீழக் காரணமாகி இருக்க வேண்டும்.

6. முற்றும் அந்நிய குழுவைச் சேர்ந்த ஆடவன் ஒருவன் களவு மணம் மூலம் சொத்தை உரிமை கொண்டாடும் சூழல் உருவானது. இந்நிலையை மாற்ற மனித இனம் அகமண முறையை அல்லது பெற்றோர் இசைவு மணமுறையை அறிமுகப்படுத்தி உள்ளது. முன்பின் அறியாத ஆடவன் ஒருவனுக்குப் பதிலாகப் பெண்ணின் பெற்றோர் அறிந்த உறவு முறைக்குள் மணம் முடிக்கும் மரபு உண்டானது. இம்மணமுறையையே தமிழ்ச் சமூகம் கற்பு மணம் என்றழைத்தது.

7. கற்பு மணம் வழக்கிற்கு வரவே களவு மணம் இயல்பாக வீழ்ச்சியைச் சந்திக்கவும் நேர்ந்தது. ஆகத் தாய்வழித் தலைமையோடு சேர்ந்து களவு மணமும் வீழ்ந்தது.

கற்புமண ஆதிக்கமும் களவுமணத்தில் மாற்றங்களும்

கற்பு மணம் ஆதிக்கம் பெறப் பெறக் களவு மணம் நாளடைவில் வழக்கற்றும் உருக்குலைந்தும் போனது. கற்பு மணத்தினுடைய அடிப்படை நோக்கம் சொத்துடைமையைக் காத்தல் என்பதாக அமைந்திருந்தது. அதன் இன்னொரு பக்கம் சொத்தை அடுத்த தலைமுறைக்கு அளித்துச் செல்ல வேண்டியதாகவும் அமைந்திருந்தது. இதனால் வாரிசினை

அடையாளம் காண வேண்டியதாகவும் இருந்தது. ஒரு தலைமையின் சரியான வாரிசை வரையறுக்கும் தேவையும் உருவாயிற்று. சொத்துக்கு உரிமையுடைய மகன் யார் என்பதைக் கற்பு மணம் உறுதிப்படுத்திக் கூறியது. கற்பு மணத்தின் அடிப்படை யார், யாரைத் திருமணம் செய்து கொள்ளலாம் என்பதை வரையறுப்பதாகவும் அமைந்திருந்தது. களவு மணம் போல முன்பின் அறியாத இருவர் மணம் முடிப்பதிலிருந்து இது முற்றிலும் மாறுபட்டது. யார் யாரை மணம் முடிப்பது என்பதற்கு இருவேறு குழுவினர் தேவைப்பட்டனர். மணப்பெண் குழுவிற்குக் கொடைக்குரி மரபினோர் என்றும் மணமகன் குழுவிற்குக் கொளற்குரி மரபினோர் என்றும் பெயர் சூட்டப்பட்டது. கொடைக்குரி மரபினோர் பெண்ணைக் கொடுக்கக் கொளற்குரிய மரபினை உடைய தலைமகன் அவளைச் சடங்குகள் வழிப் பெற்று மணம் செய்து கொள்வதே கற்பு மணம் ஆகும். இவ்வாறான மணத்தின் வழிப் பிறக்கும் குழந்தைகளே சொத்துக்குரிய வாரிசாகக் கருதப்பட்டனர்.

காலம் செல்லச் செல்லக் கற்பு மணத்தின் தேவை கூடிக்கொண்டே சென்றது. ஆநிரை உடைமைச் சமூக அமைப்பின் அடுத்த படிமலர்ச்சியாக நிலவுடைமைச் சமூகம் உருக்கொண்டது. ஏராளமான வயல் நிலங்களும் நீர் நிலைகளும் மித மிஞ்சிய சொத்துக் குவிப்பை ஏற்படுத்தின. குறு நில அமைப்புகளும் சீறூர் மன்னர்களும் என்று தனியுடைமை சார்ந்த அதிகார அமைப்பு உச்சம் பெறத் தொடங்கியது. ஏராளமான சொத்தும், அதிகாரமும் ஓர் ஆணுக்குப் பல பெண்களை உரிமையாக்கியது. அடுத்த இனக்குழுவினரை வென்று அடிமைப்படுத்திய மகளிர் உரிமை மகளிர் ஆயினர்; கொண்டி மகளிர் ஆயினர். இதனால் பலதார மணம் வழக்குப் பெற்றது. மனைவியர் பலர்; புதல்வரும் பலர். இச்சூழலில் வாரிசுப் போட்டி நேரிடாமல் காத்தது கற்புமணமே ஆகும். கற்பு மணத்தின் வழி மணமுடிக்கும் பெண் தொன்முறைக் கிழத்தி என்று அழைக்கப்பட்டாள். இவள் பெற்றுத் தரும் குழந்தையே வாரிசாகக் கருதப்பட்டது. இந்த வாரிசிற்கே சொத்தும் அதிகாரமும் கைமாற்றப்பட்டன.

பலதார மணம் வழக்குப் பெற்ற சமூக அமைப்பில் இவ்வாறான பெரும் சமூகச் சிக்கல் கற்புமணத்தின் அடிப்படையில் தீர்த்து வைக்கப்பட்டது. இதன் வழி அம்மண முறை சமூகத்தின் அடிப்படையாகவும் விளங்கியது. என்றாலும் கற்பு மணத்தின் இணை முரணாகக் களவு மணமும் சமூகத்தில் வழக்கில் இருந்தது. இது தீர்க்க முடியாத பிரச்சினைகளைத் தோற்றுவித்தது.

இதனால் களவு மணத்தைச் சமூக அமைப்பில் இருந்து துடைத்தெறியும் தேவை உருப்பெற்று நிலைத்தது. களவு மணம்

கொஞ்சம் கொஞ்சமாகத் தன் இயல்பை இழந்து உருக்குலையத் தொடங்கியது. இறுதியில் முற்றும் அழிந்தும் போனது. இதனைப் பின்வருமாறு புரிந்துகொள்ள முடியும்.

1. தொல்காப்பியக் களவியலில் நேர்ந்த இடை நீக்கல் பற்றியும் இடைச் செருகல் பற்றியும் முன்பு சொன்ன கருத்துகளை மீண்டும் நினைவு கூர்தல் நன்று.

2. தொல்காப்பியக் களவியலில் கூறப்பட்ட இலக்கண வரையறைகள் முழுமை பெற்றவை என்று கருத இயலாத வகையில் அமைந்துள்ளமை குறிப்பிடத்தக்கது.

3. களவியலின் நான்கு வகைகளுள் பெரும்பான்மையான செய்திகளை அறிய முடியாமல் அவை சங்க காலத்திற்கு முன்னரே வீழ்ந்திருக்கக் கூடும். வீழ்ந்துபோன சில வரையறைகளை மீட்டுருவாக்கம் செய்து சில ஆய்வுகள் நிகழ்ந்துள்ளன (க.ப. அறவாணன். 1978; சிலம்பு நா. செல்வராசு. 1988; 2001; 2016).

4. பழங்குடி வழக்காறுகள், மானுடவியல் தரவுகள், சமூகவியல் கோட்பாடுகள் மூலம் மேல் மீட்டுருவாக்கம் நடத்தப்பட்டுள்ளது. இம்மீட்டுருவாக்கம் தொல்காப்பியத்தில் இடம்பெற்ற மூல களவியல் இலக்கண வரையறைகளை அறியச் செய்துள்ளமை குறிப்பிடத்தக்கது.

5. சங்க இலக்கியத்தில் இடம்பெற்றுள்ள களவியல் பாடல்களின் முதன்மையான நோக்கம் என்பது அது கற்பியலில் முடிய வேண்டும் என்பதாக உள்ளது.

6. களவுக் காதலர் களவு வாழ்க்கையை நீட்டிக்காமல் எப்படியாவது பெற்றோர் இசைவுடன் கற்பு மணத்தைப் புரிய வேண்டும் என்பதே பெரும்பான்மை சங்கக் களவுப் பாடல்களின் நோக்கமாக இருந்துள்ளதை உணர முடியும்.

7. சங்க காலச் சமூக அமைப்பில் களவியலுக்கு என்று ஓர் எதிர்ப்புணர்வு நிலவி இருந்ததையும் உணர முடியும். இது சங்கச் சமூக மறுதலிப்பின் சமூக உளவியலாகவும் வடிவெடுத்துள்ளதையும் அகப்பாடல்களைப் படிப்போர் உணர முடியும்.

8. இவ்வாறான ஒரு மறுதலிப்பைக் களவியல் பாடல்கள் உள்ளடக்கமாகவே கொண்டுள்ளமையைச் சுட்டுதல் வேண்டும். களவியல் பாடல்களில் வெளிப்படும் தலைவி, தோழிக்குத் தோன்றும் அச்சமும் பதற்றமும்

அழகையும் குறிக்கத்தக்கவை. இவையே பெரும்பான்மை நிலையில் வெளிப்பட்டுக் களவியலை மறுதலிக்கச் செய்துள்ளதை அறிதல் வேண்டும்.

9. இதேபோல உடன்போக்குப் பாடல்களும் வெறுமை, வறட்சி, இரக்கம், பதற்றம் முதலியவை வெளிப்படும் சூழலைக் கொண்டுள்ளதையும் சுட்டுதல் வேண்டும்.

10. ஒரு காலக்கட்டத்தில் களவுமணம் முற்றுமாகத் தமிழ்ச் சமூகத்தில் தடை செய்யப்பட்டிருந்ததையும் அறிய முடிகின்றது. இதற்குத் தக்க சான்றாக மணிமேகலையில் வரும் தருமதத்தன் விசாகை இணையரின் களவு மணத்தைக் கூற முடியும். தருமதத்தன் அத்தை மகன் ஆவான். விசாகை மாமன் மகள் ஆவாள். இருவரும் மணஉறவு முறை உடையோர் என்ற காரணத்தினால் களவு மணத்தில் ஈடுபட்டனர். ஈடுபடவே பெரும்பழி ஒன்று தோன்றியது. பழி தோன்றவே விசாகை 'இப்பெரும் பழியைக் கந்திற் பாவையே ஒழிப்பாயாக' என்று வேண்டினாள். கந்திற் பாவையும் 'இவள் மழை தரும் கற்புடையவள்' என்று ஊரார்க்குச் சாற்றியது. எனினும் விசாகை இப்பிறவியில் மைத்துனனோடு கூடேன் என்று சூளுரைத்துக் கன்னிமாடம் சென்றனள். தருமதத்தனும் அவன் குடும்பமும் புகார் நகரை விட்டே நீங்கினர். தருமதத்தன் தன் மாமன் மகள் அல்லது பெண்டிர் பிறரைப் பேணேன் என்று கூறினன்.

11. ஆக மண உறவுமுறை உடையோர்கூடக் களவு மணம் செய்வது பெரும் பழியைத் தரக் கூடியது என்பதை விசாகை தருமதத்தன் வரலாறு உணர்த்தி உள்ளது. மறுதலையாகத் தமிழ்ச் சமூகம் களவு மணத்தை முழுமையும் தடை செய்துள்ள சூழலும் தெளிவாகிறது.

12. களவு மண மறுதலிப்பின் உச்சமாக ஒன்றைக் குறிப்பிட வேண்டும் என்றால் அது பொருளதிகாரத்தின் அழிவைக் கூறுதல் வேண்டும்.

13. தொல்காப்பியப் பொருளதிகாரத்தில் களவு மணம் பற்றிய மிகத் தொன்மை வாய்ந்த இலக்கண மரபுகள் இடம்பெற்றிருக்க வேண்டும். இவ்விலக்கண மரபுகள் கற்பு வாழ்க்கைக்குப் பெரும் எதிர்ச் சிந்தனைகளை வழங்கி இருக்க வேண்டும். விளைவாக ஒரு காலக்கட்டத்தில் பொருளதிகாரமே அழிவிற்கு உள்ளானது; அல்லது மறைந்து போனது; அல்லது படிப்போர் இன்மையால் வழக்கற்றுப் போனது.

14. இதனை இறையனார் அகப்பொருள் உரை தெளிவுபட விளக்குவதை உணர முடியும். அது வருமாறு: "அக்காலத்துப் பாண்டிய நாடு பன்னீரியாண்டு வற்கடம் சென்றது. செல்லப் பசி கடுகுதலும் அரசன் சிட்டரை எல்லாம் கூவி வம்மின் யாம் உங்களைப் புரந்தரகில்லேன். என் தேயம் பெரிதும் வருந்துகின்றது. நீயிர் போய் உமக்கு அறிந்தவாறு புக்கு நாடு நாடாயின ஞான்று என்னை உள்ளி வம்மின் என்றான் என அரசனை விடுத்து எல்லோரும் போயின பின்றை கணக்கின்றிப் பன்னீரியாண்டு கழிந்தது. கழிந்த பின்னர் நாடு மலிய மழை பெய்தது. பெய்த பின்றை அரசன் இனி நாடு நாடாயிற்று ஆகலின் நூல் வல்லாரைக் கொணர்க என்று எல்லாப் பக்கமும் ஆட் போக்க எழுத்ததிகாரமும் சொல்லதிகாரமும் வல்லார்த் தலைப்பட்டுக் கொணர்ந்து பொருளதிகாரம் வல்லாரை எங்கும் தலைப்பட்டிலேம் என வந்தார் வர அரசனும் புடைபடக் கவன்று என்னை எழுத்தும் சொல்லும் ஆராய்வது பொருளதிகாரத்தின் பொருட்டன்றே. பொருளதிகாரம் பெறேம் எனின் இவை பெற்றும் பெற்றிலேம் எனச் சொல்லா நிற்ப ..." இவ்வாறாக இறையனார் அகப்பொருள் உரை தொல்காப்பியப் பொருளதிகாரத்தின் மறைவைப் பதிவு செய்துள்ளமையை அறிய முடிகின்றது.

15. ஆகக் களவு மண வீழ்ச்சி என்பது பொருளதிகாரத்தின் மறைவு வரை நீண்டுள்ளதையும் உணர முடிகின்றது.

களவியல் மறுமலர்ச்சி: புனிதமடைதல்

பொருளதிகாரத்தின் மறைவு என்பது தமிழ்ச் சமூகத்தில் நடந்தாலும் அதன் தாக்கம் இலக்கிய மரபில் ஆதிக்கம் செலுத்தியே வந்துள்ளதை உணர வேண்டும். சங்க காலத்தை அடுத்த பல்லவர் காலம் பல வகையில் முதன்மை பெற்றது. அவற்றுள் ஒன்று தமிழ் மொழியும் தமிழ் இலக்கியங்களும் நிறுவன நிலையைப் பெற்றுவிட்டதைக் கூறுதல் வேண்டும். இதனைப் பின்வருமாறு புரிந்துகொள்ள முடியும்.

சங்க இலக்கியங்களின் பாடுபொருள் என்பது வெறும் கற்பனைக்குரியதன்று. அது சமூகத் தளத்தில் வழக்கில் இருந்து மக்கள் மரபாக உருப்பெற்றுப் பாணர்களால் பாடப்பெற்றது ஆகும். சங்கப் பாடல் மரபு வெறும் இலக்கிய மரபாக மட்டும் இருந்திருப்பின் அது பொருளதிகார மறைவை ஒட்டி முற்றுமாக வழக்கிழந்து போயிருக்கும். ஆனால் அது மக்கள் மரபை அடிப்படையாகக் கொண்டது. ஆகவே நீறுபூத்த நெருப்பாக

அம்மரபு தமிழ்ச் சமூகத்தில் தம் பயணத்தைத் தொடர்ந்திருக்க வேண்டும்.

பல்லவர் காலத் தமிழ்ச் சமூகம் சங்க அகமரபுகள் மறுமலர்ச்சியடையப் பெருந்துணை புரிந்துள்ளது. நாயன்மார்களும் ஆழ்வார்களும் சைவத்தையும் வைணவத்தையும் பரப்பச் சங்க அகமரபுகளைப் பெருமளவு பயன்படுத்தி உள்ளனர். பக்தி இலக்கியங்களின் வெற்றிக்குச் சங்க அகமரபுகள் முதன்மையான காரணங்கள் ஆகும். பக்தி மரபை மக்களிடையே கொண்டு சேர்க்க மக்கள் மரபாகிய சங்க அக மரபுகளை அடியார்கள் கைக்கொண்டனர். இதனால் இரண்டு வித நன்மைகள் நிகழ்ந்தேறின.

1. மக்களுக்குப் புரியும் விரும்பும் மொழி மரபில் எடுத்துக் கூறியதால் பக்தி இயக்கம் மக்களிடையே பரவி வெற்றி பெற்றது.

2. சமய அடிப்படையில் சங்க மரபுகள் பாடப் பெற்றமையால் களவியல் போன்றன புனிதப்படுத்தப் பெற்று உயர்வினை அடைந்தன.

ஆகக் களவியல் சார்ந்த மரபுகள் பாணர் மரபிலிருந்து புலவர் மரபிற்கும் பின் புலவர் மரபிலிருந்து கடவுள் மரபிற்குமான படிமலர்ச்சி பெற்றுள்ளதை உணர முடிகின்றது.

களவியல் என்பது தீமையானது என்றும் சமூகத்தாரால் புறக்கணிக்கத் தக்கது என்றும் ஒரு காலக்கட்டத்தில் தமிழ்ச் சமூகத்தில் கருத்து நிலவி உள்ளது. இதனைத் தொல்காப்பியப் பழைய உரையாசியர்களின் உரை வழியே அறிய முடிகின்றது.

களவியல் தீமை பயக்கும் எனும் கருத்தை மாணவர்கள் வினவ உரையாசிரியர்கள் அதனை மறுத்துக் களவியல் தீமை பயப்பது அன்று எனும் நிலையில் உரை அமைத்துள்ளதை அறிய முடிகின்றது.

களவு என்பது அறம் அற்றதா என்று ஒரு மாணவன் வினா எழுப்ப அதற்கு இளம்பூரணர் 'களவு என்பது அறம் அன்மையின் எனில் அற்றன்று; களவு எனும் சொற் கண்டுழி எல்லாம் அறப்பாற்படாது என்றல் அமையாது. களவாவது பிறர்க்குரிய பொருளை மறையிற் கோடல். இன்னதன்றிக் காதலர் தம் இச்சையினால் தமரை மறைத்தும் புணர்ந்து பின்னும் அறநிலை வழாமல் நிற்றலின் இஃது அறமெனப்படும்' என்று களவு அறமாகும் எனப் பதில் கூறுவர்.

இனி நச்சினார்க்கினியர் 'கொடுப்பக் கொள்ளாது இருவரும் கரந்த உள்ளத்தொடு எதிர்ப்பட்டுப் புணர்ந்த

தொல்காப்பியம்

களவாதலின் இது பிறர்க்குரிய பொருளை மறையிற் கொள்ளும் களவு அன்றாயிற்று; இது வேதத்தை மறை நூல் என்றாற் போலக் கொள்க' என்று விளக்கம் அளிப்பர். வேதத்தை மறை என்று கூறுவதுபோல இவ்வகைக் காதலையும் களவு என்று கொள்ளுதல் வேண்டும் என்பது நச்சினார்க்கினியர் கருத்து.

இறையனார் அகப்பொருளுக்கு எழுதப்பட்ட பழைய உரை கவனத்திற்குரியது. இவ்வுரையில் ஒரு மாணவன் 'இது களவியல் அன்றோ; இதனைக் கற்க வீடுபேறு கிடைக்கும் என்று கூறுவது எவ்வாறு' என்று ஒரு வினாவை எழுப்புகிறான். இன்னொரு மாணவன் 'களவு, கொலை, காமம், இணைவிழைச்சு என்பன சமயத்தாராலும் உலகத்தாராலும் கடிந்து நீக்கப் பெற்றவை அல்லவா? இவற்றுள் ஒன்றல்லவா களவு என்பதும்' என்று வினவுகிறான். இவற்றைக் கேட்ட ஆசிரியர் 'அற்றன்று; களவு எனும் சொல்லைக் கேட்டுக் களவைத் தீது என்றலும் காமம் எனும் சொல்லைக் கேட்டுக் காமம் தீது என்றலும் பொருள் கொள்ளல் கூடாது; அவற்றுள் நன்மை பயப்பனவும் உண்டு. எவ்வாறு எனின் ஒரு பெண் தமரோடு முரண்பட்டுக் கலாய்த்து நஞ்சுண்டு சாவல் என்று எண்ணி நஞ்சினைக் கரைத்து விலக்குவார் இல்லாத போது உண்பல் என்று நீங்கினாள் ஆக; அது கண்டு அருளுடையான் ஒருவன் அவள் சாகாமல் காக்க அந்நஞ்சினைக் களவாடிப்போய் உகுத்திட அவளும் சாக்காடு நீங்கினாள் ஆக; அவன் அக்களவினான் அவளை உய்யக் கொண்டமையின் நல்லூழிற் செல்லும் என்பது; மற்று இது போல்வன களவு ஆகா; நன்மை பயக்கும்' என்று விளக்கம் கூறினார். இதன் வழிக் களவியல் என்பது நன்மை பயப்பது என்பது உரையாசிரியர் கருத்தாகும்.

மேலும் அவ்வுரை காமம் என்பதும் தீயது அன்று; அது உறுதி உடையது என்பதையும் விளக்கி உள்ளது.

'இனிக் காமம் நன்றாமாறும் உண்டு. சுவர்க்கத்தின்கண் சென்று போகந்துய்ப்பல் என்றும், உத்தரகுருவின்கண் சென்று போகந்துய்ப்பல் என்றும், நன்ஞானம் கற்று வீடு பெறுவல் என்றும், தெய்வத்தை வழிபடுவல் என்றும் எழுந்த காமம் கண்டாய் அன்றோ? மேன்மக்களாலும் புகழப்பட்டு மறுமைக்கும், உறுதி பயக்கும் ஆதலின் இக்காமம் பெரிதும் உறுதி உடைத்து'

மேலே கண்ட உரை விளக்கங்கள் யாவும் களவியல் தீமை உடையது என்ற சமூகக் கருத்தினை மறுத்துக் களவியல் நன்மை பயப்பது என விளக்கி உள்ளதை அறிய முடியும். இறையனார் அகப்பொருள் தோன்றிய காலத்தில் களவியல் வீடு பேற்றைத் தரவல்லது எனும் கருத்து உருவாக்கப்பட்டுவிட்டதையும் உணர வேண்டும். களவியலைப் புனிதப்படுத்தும் முயற்சியின்

உச்சநிலை என்று இதனைக் கூறுதல் வேண்டும். இதுபற்றிய உரை விளக்கம் வருமாறு:

> பேதையைக் காதல் காட்டிக் கைவிடுக்க என்பதனால் அவன் தாழ்ப்பட்ட இணை விழைச்சின் உள்ளே மிக்க தொன்று காட்டப்பட்டது. எஞ்ஞான்றும் மூப்பு, பிணி, சாக்காடு இல்லது, நிச்ச நிரப்பு, இடும்பை இல்லது; இவனும் பதினாறாட்டைப் பிராயத்தானாய் இவளும் பன்னீராட்டைப் பிராயத்தாளாய் ஒத்த செல்வமும் கல்வியும் உடையராய்ப் பிறதொன்றுக்கு ஊனம் இன்றிப் போகம் துய்ப்பர் என்று காட்டப்பட்டது. காட்டவே கண்டு இது பெறுமாறு என்னை கொல்லோ என்னும்; எனவே மக்கள் பாட்டினானும் வலியானும் வனப்பானும் பொருளானும் பெறலாவது அன்று; தவஞ் செய்தலாற் பெறலாம் என அது கேட்டு இனியானும் தவஞ்செய்து இதனைப் பெறுவல் என்று அதன் மாட்டு வேட்கையால் தவஞ் செய்யும்; செய்யா நின்றானைப் 'பாவீ இதன் பரத்ததோ வீடுபேற்றின்பம் என்று வீடுபேற்றின்பத்தை விரித்துரைக்கும். அதுதான் பிறப்பு, பிணி, மூப்பு, சாக்காட்டு அவலக் கவலைக் கையாற்றின் நீங்கி உண்ணின்று எழுதரும் ஒரு பேரின்ப வெள்ளத்தது என்பது கேட்டு அதனைவிடுத்து வீடு பேற்றின் கண்ணே அவாவி நின்று தவமும் ஞானமும் புரிந்து வீடுபெறுவானாம் என்பது; அவனை வஞ்சித்துக் கொண்டு சென்று நன்னெறிக்கண் நிறீஇனமையின் களவியல் எனும் குறி பெற்றது (இறையனார். அகம். உரை–1)'

இறையனார் அகப்பொருள் உரை களவியல் குறித்த விளக்கத்தில் முதன்மையான கருத்தைக் கூறியுள்ளதை உணர முடிகின்றது. களவியல் எப்படி வீடுபேற்றத்தைத் தரும் என்பதான விளக்கத்தில் "களவியல் கற்க" எப்படி வீடுபேறு தரும் என்பதாகப் பொருள் கொள்ளுதல் வேண்டும். களவியல் வழக்கு என்பது வேறு. களவியல் இலக்கியத்தைக் கற்றல் என்பது வேறு. மிக உன்னதமான களவியலைக் கற்பதன் மூலம் அவ்வாழ்க்கையை அடைய நினைக்கும் ஒருவன் தவம் செய்ய முயல்வான். அவ்வாறு தவம் செய்ய முயற்சிக்கும் ஒருவன் அதனினும் உயர்ந்த பேரின்பம் தரும் வீடுபேற்றை அடையும் தவத்தைச் செய்ய ஆற்றுப்படுத்துவதே களவியலின் நோக்கம் என்று உரை விளக்கம் அமைந்துள்ளது.

களவியல் மறுதலிக்கப் பெற்ற சமூக அமைப்பில் இவ்வாறான உரை விளக்கங்கள் யாவும் அதனைப் புனிதப்படுத்தும் அல்லது மேனிலைப்படுத்தும் பணியைச் செவ்வனே செய்து முடித்தன. இவ்வாறான ஆக்கங்களின் உச்சநிலையாகச் சமயங்கள்

தந்த விளக்கங்கள் களவியலை மேனிலையாக்கம் பெற்றிடத் துணைசெய்துள்ளன.

களவியல்: இலக்கிய வழக்காக மாறுதல்

களவியல் தமிழ்ச் சமூகத்தில் அழியாமல் நிலைகொண்டதில் அது இலக்கிய வழக்காக மாற்றம் பெற்ற அரசியல் மிக முதன்மையானது. களவியல் வழக்கற்றுப் போய்க் கற்பு மணம் வழக்கில் வந்த பிறகு களவியலுக்கான பொருண்மையை மாற்ற வேண்டிய தேவை ஏற்பட்டது. பொருண்மை மாற்றம் நிகழாமல் போயிருந்தால் அது எப்போதோ தமிழ்ச் சமூகத்திலிருந்து மறைந்து போயிருக்க வாய்ப்புண்டு. அந்தப் பொருண்மை மாற்றத்தை முதன்முதலில் பதிவு செய்தது இறையனார் அகப்பொருள் உரையே ஆகும். இவ்வுரை விளக்கம்:

இஃது (களவியல்) இல்லது இனியது நல்லது
என்று புலவரான் நாட்டப்பட்டதோர் ஒழுக்கம்
ஆதலின் இதனை உலக வழக்கத்தினொடு
இயையான் என்பது   (இறையனார் களவு. உரை. 1)

இவ்வுரை விளக்கப் பகுதியானது, களவியல் என்பது உலகில் இல்லாதது; ஆனால் மிக இனிமையானது; சமூகத்திற்கும் மனிதனுக்கும் நன்மை தரக்கூடியது; ஆனால் புலவர்கள் மட்டுமே தம் பாடல் மரபில் வைத்துப் பாடுவதற்குரியது என விளக்கி உள்ளது. மேலும் புலவர் மரபு என்பதானால் இதனை உலக வழக்கொடு வைத்து ஒப்புநோக்கக் கூடாது; அதாவது புலவர் மரபில் கற்பனையாக இன்பம் தோன்றப் பாடப்பெற்றது என்று அவ்விளக்கப் பகுதி அமைக்கப்பட்டுள்ளது.

இந்த விளக்கப்பகுதி மூலம் அதுவரை தமிழ்ச் சமூகத்தில் இணை முரணாக விளங்கிய களவு x கற்பு எனும் மண வடிவங்களுள் களவு எனும் முரண் விலக்கப் பெற்றது.

களவு, இலக்கிய மரபு ஆகவே அது காப்பியங்களில் பெரிதும் கற்பனைப் புனைவாகவும் வடிவமைக்கப்பட்டது. கம்பராமாயணத்துள் இராமனும் சீதையும் கண்ணொடு கண் நோக்கிக் காதல் கொண்ட நிகழ்விற்குக் களவு எனும் இலக்கிய மரபே பெரும் காரணம் ஆகும். இலக்கிய மரபு எனும் தகுதிப்பாடு பெறவே அதுவரை களவு மணத்திற்கு இருந்து வந்த இடர்ப்பாடுகள் முழுவதும் களையப் பெற்றன. மிக இலக்கிய இன்பம் வாய்ந்த காதல் பாடல்கள் புனையப் பெற்றன. காதல் என்பது பாடுவதற்கும் படித்து இன்புறுவதற்கும் உரியதே அன்றி மணம் புரிவதற்கு உரியது அன்று எனும் சமூக நடைமுறை வலுப்பெற்று உச்சமும் பெற்றது; அம்மரபு இன்னும் தொடரவும் செய்கிறது.

களவியல்: மேனிலையாக்கம் – சமயங்களின் பங்களிப்பு

களவியல் மேனிலையாக்கம் பெற்றதில் சமயங்களின் பங்களிப்பு முதன்மையாகக் குறிக்கப்பட வேண்டிய ஒன்றாகும். பௌத்தம், சமணம், சைவம், வைணவம், வேத மரபு அல்லது ஆரிய மரபு என இவை ஒவ்வொன்றும் ஒவ்வொரு வகையில் களவியலை நெறிப்படுத்தி உள்ளதைத் தமிழ்ச் சமூக வரலாறு விளக்கி உள்ளது.

களவியலின் வீழ்ச்சிக்கும் காமத்தின் வீழ்ச்சிக்கும் சமண சமயமும் பௌத்த சமயமும் பெருங் காரணங்கள் ஆகும். இரண்டு சமயங்களும் காமத்தைக் கண்டித்து உரைத்தன; துறவறத்தை ஏற்றுப் பெரிதும் போற்றின; காமத்திற்குக் காரணமான பெண்கள் விடுபேற்றுக்குத் தடையாவர், ஆகவே காமத்தை வெல்லுதல் வேண்டும் என்று உரைத்தன. காமத்தை உருவாக்கும் ஊன் உண்ணுதல், கள்ளுண்ணுதல், கலைகள், நடனம், இசை முதலிய பலவும் சமண பௌத்தச் சமயங்களால் கடிந்துரைக்கப்பட்டன. மாறாகத் துறவு வாழ்க்கை பெரிதும் வற்புறுத்தப்பட்டது. இல்லறத்தார்க்கான இச்சமயங்களின் அறங்களும் காமத்தை நெறிப்படுத்துவனவாகவே அமைந்தன. பிறன்மனை நயத்தல், பரத்தைமை ஒழுக்கம், பலதார மணமுறை முதலியனவும் கடியப்பட்டன.

இவ்வாறான பின்னணியில் களவியலின் வீழ்ச்சியைப் புரிந்துகொள்ள முடியும். இச்சமயங்களின் பிடியிலிருந்து களவியலை மீட்டெடுத்த சமயங்களாகச் சைவத்தையும் வைணவத்தையும் குறிப்பிட வேண்டும். வைணவ மரபில் உள்ள நாயகன் நாயகி பாவனை முறைக்கு முற்றும் அடிப்படையானது களவியல் அதாவது அகப்பொருள் மரபுகளே ஆகும். அகப் பொருள் மரபுகள் பலவும் சைவ வைணவப் பக்திப் பாடல்கள் மூலம் மறுமலர்ச்சியைப் பெற்றன. பௌத்த சமணச் சமயங்கள் கடிந்துரைத்த கலைகளாகிய இசை, நாட்டியம் முதலியவற்றையும் சைவமும் வைணவமும் முன்னிலைப்படுத்தின.

எல்லாவற்றிற்கும் மேலாகப் பொருளதிகாரம் வீழ்ச்சியடைந்து மறைந்துவிட்ட சூழலில் பாண்டிய மன்னன் அதுபற்றித் துயரம் அடைந்தனன். சிவபெருமானே அவன் துயரம் களைய இறையனார் அகப்பொருளை இயற்றி அளிப்பதாகத் தொன்மம் உருவாக்கப்பட்டது. திரிபுரம் எரித்த விரிசடைக் கடவுளாகிய சிவபெருமானே களவியலை இயற்றியது என்பது களவியல் அடைந்த மேனிலை ஆக்கத்தின் உச்சம் என்று கூறலாம். சிவபெருமான் களவியல் இயற்றியதும் களவியல் மரபுகள்

பக்தி இலக்கியங்களில் இடம்பெற்றதும் அதன் மேனிலை ஆக்கத்திற்கு பெரிதும் துணை செய்துள்ளன.

சங்க இலக்கியங்களைச் சைவ சமயமயமாக்கும் ஓர் இலக்கிய அரசியல் பல்லவர் கால இறுதியில் தமிழகத்தில் நிகழ்ந்தேறியது. இந்த இலக்கிய அரசியலின் பின்புலத்திலும் களவியல் அடைந்த மேனிலை ஆக்கத்தை நோக்க வேண்டி உள்ளது. இதனைப் பின்வருமாறு புரிந்துகொள்ள முடியும்.

பல்லவர் காலத்துத் தமிழக அரசியல் இரண்டாகப் பிளவுண்டு நின்றதைத் தெளிவாக அறிய முடிகின்றது. தமிழகத்தின் வடபகுதி உள்ளிட்ட பெரும் பகுதி பல்லவர் ஆட்சிக்கு உட்பட்டிருந்தது. தென்பகுதி பாண்டியர் ஆட்சிக்கு உட்பட்டிருந்தது. தென்பகுதியில் பாண்டியர் ஒழிந்த ஏனைய சேரரும் சோழரும் வலிமை குன்றிப் பல நேரங்களில் பல்லவர்க்கு எதிராகப் பாண்டியரோடு கூட்டுச் சேர்ந்துள்ளனர். தென்பகுதியில் பாண்டியர்கள் ஆண்டாலும்கூட அவர்கள் பல ஆண்டுகள் பல்லவரிடம் தோற்று அடிமைப்பட்டுக் கிடந்தனர் என்பதை வரலாற்று ஆவணங்கள் தெளிவுப்படுத்து கின்றன (மா. இராச மாணிக்கனார். 1944).

ஆகக் கி.பி. 6 முதல் 9 வரையிலான தமிழக அரசியல் என்பது பாண்டியர் x பல்லவர் என்பதாகக் காட்சி தருவதை அறிய முடியும். இதில் பல்லவரே மேலாண்மை மிக்க பேரரசராக விளங்கியுள்ளனர். இவர்தம் மொழி இலக்கியம் பண்பாடு சமயம் ஆகிய யாவுமே ஆரியம் சமஸ்கிருதம் சார்ந்தவையாக விளங்கியதை வரலாறு எடுத்து மொழியும். சமஸ்கிருத இலக்கியம் பண்பாடு சமயம் இவற்றின் ஆளுமைக்கு எதிரான கருத்தியலை இயல்பாகவே பாண்டியர் முன்னெடுக்க வேண்டிய இலக்கிய அரசியலும் தோற்றம் கொண்டது.

பாண்டியர் பல்லவரை எதிர்ப்பதன் மூலம் அயல்மொழியை யும் அயல் பண்பாட்டையும் அயல் சமயத்தையும் எதிர்க்க வேண்டி இருந்தது. இதன் மறுவிளைவாக அயன்மை ஒழிந்த தமிழ்த் தேசியம் சார்ந்த மொழி, இலக்கியம், பண்பாடு, சமயம் ஆகியவற்றைக் கட்டமைக்க வேண்டி இருந்தது. இவற்றின் காரணமாகத் தோன்றிய விளைவுகள் பட்டியலிடத்தக்கவை.

1. பாண்டியர்க்கும் தமிழுக்கும் நெருக்கமான உறவு தோற்றுவிக்கப்பட்டது.
2. பாண்டிய மன்னர்கள் தமிழ்ச் சங்கம் மூன்றை நிறுவித் தமிழ் வளர்த்தனர் எனும் தொன்மம் கட்டமைக்கப்பட்டது.
3. தமிழ்ச்சங்கங்களில் தமிழ்ப்புலவர்கள் கூடி இருந்து தமிழ் ஆராய்ந்து பாடல்களை இயற்றி உள்ளனர்.

4. பாண்டியர் தோற்றுவித்த தலைச் சங்கத்தில் திரிபுரம் எரித்த விரிசடைக் கடவுளாகிய சிவபெருமானும் குன்றெறிந்த குமரவேளாகிய முருகனும் தமிழ்ப் புலவராய்ச் சங்கம் ஏறித் தமிழ் வளர்த்துள்ளனர்.

5. தொல்காப்பியம் இடைச்சங்க காலத்தில் நிலந்தரு திருவிற் பாண்டியன் அவையில் அரங்கேற்றம் செய்யப் பட்டுள்ளது.

6. ஆகப் பாண்டிய மன்னர் – தமிழ்மொழி – தமிழ் இலக்கியம் – சைவ சமயம் எனும் ஒரு நேர்க்கோட்டு ஒருங்கிணைப்பைக் காண முடிகின்றது.

ஆகப் பல்லவர் கால இறுதியில் பாண்டியர் – தமிழ் இலக்கியம் – சைவ சமயம் எனும் இணைப்பு ஒருவகையான தமிழ்த் தேசியத்தைக் கட்டமைத்தது என்று கொள்வதில் முரண் இருக்க வாய்ப்பில்லை. பாண்டியர் எனும் அரசு அதிகாரம் சைவ சமய ஆதிக்கம் இரண்டும் சேர்ந்து களவியல் மேனிலையாக்கம் பெற்றிடத் துணைபுரிந்தமையை இதன்வழி அறிய முடிகின்றது. இறையனார் அகப்பொருள் உருவாக்கத்தின் பின்னணியில் பாண்டியர் அரசியலும் சைவ சமய ஆளுமையும் எவ்வாறு இயங்கி உள்ளன என்பதை மேல் தொன்மம் வழியும் அறிய முடிகின்றது.

பல்லவர் கால இலக்கிய அரசியலை எளிதாகக் கடந்து விடுவதற்கு இல்லை. ஏனெனில் பல்லவர் மொழி அரசியலுக்கும் பாண்டியர் மொழி அரசியலுக்கும் ஏற்பட்ட முரண் என்பதே தமிழ் இலக்கிய, மொழி, பண்பாட்டு மறுமலர்ச்சிக்கு அடிப்படையாகும். தமிழ் இலக்கியங்கள் அதுவும் அகமரபு சார்ந்த களவு இலக்கியங்கள் புத்தெழுச்சி கொள்வதற்கு அந்தக் காலக்கட்டத்து நிகழ்ந்த தமிழ்த் தேசிய உணர்வு மிக முதன்மை வாய்ந்தது. இது நிகழாமல் போயிருந்தால் ஒருவேளை தொல்காப்பியமோ அல்லது சங்க இலக்கியங்களோ கிடைக்காமல் அழிந்து போயிருக்க வாய்ப்புண்டு. இக்கருத்தினைக் கருதுகோளாகக் கொண்டு விரிவான ஆய்வு நிகழ்த்திடவும் வேண்டும்.

தொல்காப்பியம் ஆரியமயமாதல்

களவியல், ஆரியமயமாக்கப்பட்டதின் அரசியலும் விரிவாக ஆராய்வதற்குரியதாகும். தமிழ்ச் சமூகத்தில் ஒரு காலக்கட்டத்தில் ஒட்டுமொத்த சமூகமும் ஆரியமயமாக்கப் படுதலுக்கு உள்ளானது. இனம், மொழி, பண்பாடு, வரலாறு, சமயம், கல்வி என அனைத்தும் சமஸ்கிருதப் பண்பாட்டிலிருந்தே

கடன் வாங்கப்பட்டது என்று எடுத்துரைக்கப்பட்டது. அவ்வாறு சொல்வதும் எழுதுவதும் பெருமை மிக்கதாகவும் உணரப் பட்டது. இதிலிருந்து தொல்காப்பியமும் தப்பவில்லை என்றே தோன்றுகிறது.

1. தொல்காப்பியத்தை உருவாக்கிய தொல்காப்பியர் தமிழர் அல்லர். அவர் ஆரியர் என்ற கருத்து நச்சினார்க்கினியர் காலத்தில் உருவாக்கப்பட்டது.

2. உயர்ந்த நிலையில் இருந்த தென்னிந்தியச் சமூகத்தைத் தாழ்த்திச் சமனிலைப்படுத்தச் சிவபெருமானால் தமிழ்நாட்டிற்கு அனுப்பப்பட்ட அகத்திய முனிவரின் மாணவரே தொல்காப்பியர் என்று தொன்மம் உருவாக்கப் பட்டது.

3. அகத்திய முனிவர் என்பவர் ஆரிய ஆதிக்கத்தின் குறியீடாகவே அறிஞர்களால் (நீலகண்ட சாஸ்திரி 1966; பி.டி. சீனிவாச அய்யங்கார். 1989) பார்க்கப்படுகிறார். பலவாகக் காணப்படும் அகத்தியரின் ஆசிரமங்களும் பவனங்களும் ஒரு கற்பனை மனிதர் என்றேனும் இப்பெயருடைய வம்சத்தினர் இந்தியாவின் பல இடங்களிலும் சென்று வாழ்ந்திருக்கலாம் என்றும் கருத இடமளிக்கிறது. அகத்தியருக்கும் தொல்காப்பியருக்கும் இடையேயான போராட்ட உணர்வு இருவேறு இலக்கணச் சிந்தனைக் குழுக்களின் நீண்ட நாள் போராட்டத்தை வெளிப்படுத்தும் கருவியாகவே நீலகண்ட சாஸ்திரியார் (1966: 84) கருதுகிறார். வடக்கிலிருந்து வரும் வடமொழி ஆதிக்கத்தைத் தமிழ் மொழியில் திணிக்கும் மனப்பான்மையின் பிரதிபலிப்பாகவே அகத்தியர் பற்றிய பிரச்சினை அமைந்துள்ளது. தமிழ் மொழியின் தந்தை அகத்தியர் என்றும் அவர் அல்லர் என்றும் தொல்காப்பியத்தின் மூலநூல் அகத்தியம் என்றும் அது அன்று என்றும் நடந்து வரும் விவாதம் இதற்கு நல்ல எடுத்துக்காட்டு (நீலகண்ட சாஸ்திரியார். 1966). அகத்தியரின் தென்னிந்திய வருகையே ஆரிய ஆதிக்கத்தின் வருகையாகத்தான் கொள்ள வேண்டியுள்ளது.

4. வட இந்தியாவிலிருந்து தென்னகம் நோக்கி வந்த அகத்தியர் வரும் வழியில் சமதக்கினி முனிவரிடம் இருந்து திரண தூமாக்கினி எனும் முனிவரைப் பெற்று வந்தார் எனவும் திரண தூமாக்கினி முனிவரே தொல்காப்பியத்தை இயற்றியவர் என்றும் எனவே, தொல்காப்பியத்தை

இயற்றியவர் ஆரிய முனிவர் என்றும் நச்சினார்க்கினியர் குறிப்பிடும் தொன்மம் விவரித்துச் செல்கின்றது.

5. திரண தூமாக்கினி முனிவர் ஐந்திரம் எனும் வடமொழி இலக்கண நூலை முற்றும் உணர்ந்தவர் என்றும் ஐந்திர வியாக்கரணத்தை முன்மாதிரியாகக் கொண்டே தொல்காப்பியத்தை இயற்றினார் என்றும் சில அறிஞர்கள் (சுப்பிரமணிய சாஸ்திரி. 1934; வேங்கட ராசுலு ரெட்டியார். 1933; வையாபுரிப் பிள்ளை. 1949) விளக்கி உள்ளனர்.

6. பாண்டியன் அவையில் தொல்காப்பியம் அரங்கேற்றம் செய்யப்பட்ட போது அதனை முதனிலையில் இருந்து கேட்டு மதிப்பீடு செய்து ஏற்பு வழங்கியவர் அதங்கோட்டாசான் என்பவர் ஆவார். இவரும் நான்கு வேதங்களை நன்கு கற்றுணர்ந்து கரை கண்டவர் என்று கூறப்பட்டுள்ளது. இதன் வழி வேதக் கருத்து களுக்கு மாறுபடா வண்ணம் தொல்காப்பியம் உருவாக்கப்பட்டிருக்கிறதா என்பதை இவர் ஆராய்ந்திருக்க வேண்டும்.

7. இவ்வாறாகத் தொல்காப்பிய உருவாக்கம் என்பதே ஆரிய மரபு வழி நிகழ்த்தப்பட்டது என்பதைப் பிற்காலத்துப் புராண வரலாறு வழி நிறுவப்பட்டது.

8. தொல்காப்பியர் எந்தெந்த வடநூல்களை எல்லாம் பார்த்து எப்படி எல்லாம் தழுவி இலக்கணம் உருவாக்கி னார் என்பதை அறிஞர் சிலர் விளக்கி உரைத்தனர். எழுத்ததிகாரம், சொல்லதிகாரத்தைப் பொறுத்த வரையில் பிராதிசாக்கியம், யாஸ்கரின் நிருக்தா, பாணினி சிட்சை, பாணினி இலக்கணம் என்பவை பின்பற்றப்பட்டுள்ளதாகச் சுப்பிரமணிய சாஸ்திரி (1934) குறிப்பிட்டுள்ளார். பாணினியின் இலக்கண முறையிலிருந்து மாறுபட்டு ஐந்திரம் எனும் இலக்கண மரபையே இவர் பின்பற்றினார் என்று கூறுவோரும் உண்டு. பொருளதிகாரத்தைப் பொறுத்தமட்டில் பரதரின் நாட்டிய சாஸ்திரம் வாத்யாசனரின் காமசூத்திரம் ஆகிய நூல்களையும் தொல்காப்பியர் படித்திருக்க வேண்டும் என்று வேங்கடராசுலு ரெட்டியார் (1933) எடுத்துக் கூறியுள்ளார். தொல்காப்பியத்தில் சைன நூல் கருத்துகளும் இடம் பெற்றுள்ளன என்று வையாபுரிப் பிள்ளை (1949) கூறுவர். களவியலில் கூறப்பட்ட மறையோர் தேஎத்து மன்றல் எட்டு என்பது கௌதமரும் போதாயனரும் வரையறை செய்த கல்ப

சூத்திரங்களின் தழுவல் என்றும் வாகைத் திணையில் கூறப்பட்ட நாலிரு வழக்கின் தாபத பக்கம் என்பது பதஞ்சலியோக சூத்திரத்தில் காணப்படும் கருத்து என்றும் உயிரினங்களின் பாகுபாடு என்பது திகம்பரப் பெரியார் குந்தகுந்தாச்சாரியார் எழுதிய பஞ்சாஸ்திரகாயம் என்ற நூலிலும் சுவேதம்பர பெரியார் உமாசுவாமி எழுதிய தத்துவார்த்த சூத்திரத்திலும் காணப்படுகின்றன என்றும் கந்தசாமியும் (1979) சுட்டிக்காட்டியுள்ளார் (செ.வை. சண்முகம் 1988: 177, 178).

9. ஆரியமயமாக்கலின் குறிப்பிடத்தக்க கருத்து என்னவென்றால் தொல்காப்பியர் வடமொழி நூல்கள் பலவற்றைப் பார்த்து நூலினை உருவாக்கினார் என்பது. மாறாக எந்த ஆய்வாளரும் தொல்காப்பியத்தைப் பார்த்து வடமொழியில் நூல்கள் உருவாயின எனும் கருத்தை முன் வைக்கவில்லை என்பது குறிப்பிடத்தக்கது.

10. தொல்காப்பியர் காலத்திற்கு முன்பாகவே பல்வேறு நூல்கள் தமிழில் இருந்துள்ளன என்பதை அவரே தமது நூலில் பல்வேறு இடங்களில் கூறியுள்ளதை அறிய முடிகின்றது. தொல்காப்பியத்தில் உள்ள 1605 நூற்பாக்களில் 405 நூற்பாக்கள் முந்து நூல் முடிவுகளை ஏற்றுள்ளன என்பது குறிப்பிடத்தக்கது. என்ப என்று 138 இடங்களிலும் மொழிப என்று 86 இடங்களிலும் என்மனார் புலவர் என்று 66 இடங்களிலும் தொல்காப்பியர் தம் முந்து நூல் ஆசிரியர் முடிவுகளை ஏற்றுள்ளார். மேலும் நல்லிசைப் புலவர் (பொருள். 310) வாய்மொழிப் புலவர் (பொருள். 380), யாப்பறி புலவர் (பொருள். 383), உயர் மொழிப் புலவர் (பொருள் 472), தொன்னெறிப் புலவர் (பொருள். 539), தோன்று மொழிப் புலவர் (பொருள் 474), நுணங்கு மொழிப் புலவர் (பொருள். 644) என்றவாறு தொல்காப்பியர் தம் முந்து நூல் ஆசிரியர்களைப் போற்றியுள்ளதையும் அறிய முடிகின்றது (பொன். முனியப்பன். 1982).

11. எனவே, தொல்காப்பியர் வடமொழி நூல்களைப் பார்த்துத் தம் நூற் கருத்துகளை உருவாக்கிக் கொள்ள வில்லை என்பதையும் தம் முன்னோர் இலக்கண நூற் கருத்துகளையே ஏற்று உருவாக்கினார் என்பதையும் இங்கே குறிப்பிடுதல் வேண்டும் (சிலம்பு நா. செல்வராசு. 2004).

12. தொல்காப்பியம் ஆரியமயமாக்கத்தின்போது தொழிற்பட்ட இருவேறு நிலைகளைக் குறிப்பிட்டுக்

கூறுதல் வேண்டும். ஒன்று புறநிலை ஆரியமயமாக்கல். தொல்காப்பியப் பனுவலுக்கு வெளியே நின்று தொல்காப்பியம் இன்னின்ன வடமொழி நூல்களுக்குக் கடன்பட்டது என்று ஆராய்ந்து கூறுவதும் தொல்காப்பியர் தொடர்பான தொன்மங்களை உருவாக்குவதும் இதன்பாற்பட்டது ஆகும். இரண்டாம் நிலை என்பது அகநிலை ஆரிய மயமாக்கல் என்பதாகும். தொல்காப்பிய நூற்பாக்களோடு ஆரியக் கருத்துகளை இடைச்செருகலாகச் சேர்ப்பதும் ஆரியக் கருத்துகளுக்கு மாறான தமிழ்க்கருத்துகளை நீக்குவதும் அல்லது அழிப்பதும் இதன்பாற்பட்டதாகும். இந்த இரு நிலைகளிலும் தொல்காப்பிய ஆரியமயமாக்கல் நிகழ்ந்துள்ளதை அறிதல் வேண்டும்.

தொல்காப்பியம் ஆரியமயமாக்கலின் உச்சக்கட்டம் சோழர் கால மொழிச்சூழலில் நிகழ்ந்துள்ளது என்பதை அறிய முடிகின்றது. சோழர் கால மொழிச்சூழல் என்பது சமஸ்கிருதத்தை முன்னிலைப்படுத்திய சூழல் ஆகும். சோழப் பேரரசு கடல் கடந்து தென்கிழக்கு ஆசிய நாடுகள் பலவற்றையும் வெற்றி கொண்டது. அங்கெல்லாம் தொடர்பு மொழி வேறு வேறாக இருந்தாலும் கூடப் பேரரசின் தொடர்பு மொழியாகச் சோழர்கள் சமஸ்கிருதத்தையே ஏற்றுக்கொண்டனர். இத்தகு மொழி நிலையைப் பெருமொழி வழக்கு என்று அறிஞர் இராசாராம் (1992) சுட்டுவர். வீரசோழிய இலக்கண ஆக்கம் மூலம் வடமொழி இலக்கண மரபு சோழர்காலத்தில் காலூன்றியது. இலக்கியத் தமிழில் வடமொழியின் கலப்பு ஏற்பட்டது. மணிப் பிரவாள நடை எனும் புது தமிழ்நடை ஆக்கம் பெற்றது. வடமொழிக் கதைகள் தமிழ் இலக்கியங்களுக்குக் கருவாக உருப்பெற்றன. வடமொழி இலக்கிய வடிவங்கள் ஆதிக்கம் செலுத்தின.

இத்தகு மொழிச் சூழலில் தொல்காப்பியத்தில் அக நிலையிலும் புறநிலையிலும் ஆரியமயமாக்கல் நிகழ்ந்திருக்க வேண்டும் என்ற முடிவிற்கு வரமுடியும்.

பின்னுரை

இதுகாறும் கூறப்பெற்ற செய்திகளிலிருந்து தொல்காப்பியக் களவியல் தமிழ்ச் சமூகத்தில் நிகழ்த்திய ஒரு நெடும்பயணம் பற்றிய விவரங்களை அறிய முடியும். பல்வேறு காலங்களில் பல்வேறு பின்புலங்களின் அரசியல் தொழிற்பட அதற்குத்தகக் களவியல் நெகிழ்ந்தும் நிமிர்ந்தும் தம் பயணத்தைத் தொடர்ந்துள்ளது; இன்றும் தொடர்கின்றது. இதுவரை கூறப் பெற்ற செய்திகளிலிருந்து பெறப்படும் ஆராய்ச்சி முடிவுகளைப் பின்வருமாறு வரிசைப்படுத்தி அறிய முடியும்.

1. உலகெங்கும் உள்ள புராதனச் சமூகங்களில் களவுமணம் ஒரு சமூக வழக்காக நடைமுறையில் இருந்துள்ளது. இம்மணமும் தாய்வழித் தலைமைச் சமூக அமைப்பில் தோன்றியிருக்க வேண்டும்.

2. இதுபோன்ற புராதனத் தமிழ்ச் சமூகத்திலும் களவு மணம் தோன்றி வழக்குப் பெற்றிருந்தது. இதுவும் தாய்வழிச் சமூக அமைப்பின் வெளிப்படாகக் கொள்ளுதல் வேண்டும்.

3. களவுமண வழக்கிலிருந்து களவுமண இலக்கியங்கள் தோன்றி இருக்க வேண்டும். இந்த இலக்கியங்கள் முதலில் வாய்மொழி மரபில் பாடப்பெற்றுப் பாணர்கள் ஊர்தோறும் இன்பம் தோன்றப் பாடப்படும் பாடல்களாகப் படிமலர்ச்சியைப் பெற்றிருக்க வேண்டும்.

4. களவு மண வாழ்க்கையின் பல்வேறு படிநிலைகள் குறித்த பாடல்கள் வழக்கிலிருந்து பின்னாளில் அவை வீழ்ந்திருக்க வாய்ப்புண்டு.

5. களவு இலக்கியங்களிலிருந்து இலக்கியக் கொள்கைகள் பின்னாளில் உருவாகி இலக்கண வரையறையைப் பெற்றனவாதல் வேண்டும். இலக்கண வரையறைகளை ஒட்டிப் பின்னாளில் மீண்டும் மீண்டும் இலக்கியங்கள் உருவாகியிருக்க வேண்டும். இவற்றை ஒட்டியும் இலக்கண மரபுகள் பலவாக ஆக்கம் பெற்றிருக்க வேண்டும்.

6. இவ்வாறான பல்வேறு ஆக்கங்கள் பற்றியே தொல்காப்பியர் பல்வேறு இடங்களில் என்ப, என்மனார் என்று கூறியுள்ளதை அறிதல் நன்று.

7. இவ்வாறான படிமலர்ச்சியின் ஊடாகப் புலவர் மரபு, எழுத்து மரபு தோற்றங் கொள்கிறது.

8. புலவர் மரபின் நெடுந்தொகுப்பே பின்னாளில் தொல்காப்பியமாக ஆக்கம் பெறுகின்றது.

9. தொல்காப்பியம் ஆக்கம் பெறுவதற்கு முன்பாகவே புராதனத் தமிழ்ச் சமூகம் மாற்றங் கொள்ளத் தொடங்கி விட்டது.

10. தனியுடைமைத் தோற்றமும், ஆநிரை உடைமைச் சொத்தும், வாரிசுரிமைத் தேவையும் தமிழ்ச் சமூகத்தில் தோன்றிடவே தலைமை மாற்றம் நிகழ்ந்து விடுகின்றது.

11. தாய்வழித் தலைமைச் சமூகம் தந்தைவழிச் சமூக அமைப்பாக மாற்றங் கொள்கிறது. இம்மாற்றமும்

திடீரென்று ஒரு காலத்தில் நிகழ்ந்தது அன்று. நீண்ட கால நீட்சிமையில் அது நிகழ்ந்தேறியது.

12. தந்தைவழிச் சமூக அமைப்பில் உடைமைத் தோற்றம், சொத்தை வாரிசிற்கு விடுத்துச் செல்லுதல் ஆகியன மையம் பெற இதற்குக் களவுமணம் பெறும் இடையூறாக இருந்தது.

13. இதனால் தந்தைவழிச் சமூகம் புதிதாகப் பெற்றோர் இசைவு மணமான கற்பு மணத்தையும் மணச்சடங்குகளையும் பெண்களுக்குக் கற்பு நெறிகளையும் உருவாக்கும் அரசியலை மேற்கொண்டது.

14. இவ்வாறான சூழலில் களவு மணமும் கற்பு மணமும் இணை முரணாகத் தமிழ்ச் சமூகத்தில் தோற்றம் அளித்தன.

15. இதனால் கற்பு மணத்திற்கு எதிரான களவு மணக் கூறுகளைத் தமிழ்ச் சமுகம் மறுதலிக்கத் தொடங்கியது.

16. இதன் விளைவாகத் தொல்காப்பியத்தில் இடம் பெற்றிருந்த களவியல் சார்ந்த கூற்றுகள், நூற்பாக்கள் பலவும் வீழ்ச்சியடைந்தன; நீக்கம் பெற்றன; அழிந்து போயின. இதுவும் ஒரு காலத்தில் நிகழ்ந்த இலக்கிய அரசியல் அன்று; நீண்ட கால நீட்சிமையில் நடந்த அரசியலாகவே கொள்ளுதல் வேண்டும்.

17. இவ்வாறான வீழ்ச்சியைச் சங்க இலக்கியங்களும் பதிவு செய்யத் தவறவில்லை. சங்கக் களவியல் பாடல்களின் பெரும் பகுதி இன்பத்தைத் தருவதற்குப் பதிலாகப் பதற்றம், அச்சம், அழுகை, மனஅழுத்தம் ஆகியவற்றைப் பதிவு செய்திருப்பது அற்றைச் சமூகத்தின் மறுதலிப்பை வெளிப்படுத்துகின்றது.

18. களவியல் வீழ்ச்சியை ஒரு சான்று மூலம் அறிய முடியும். கைக்கிளை என்பது அகத்திணை என்று தொல்காப்பியம் கூறுகிறது. புறத்திணை என்று புறநானூறு கூறுகிறது. மீண்டும் அகத்திணை என்று கலித்தொகை கூறுகிறது. புறப்பொருள் வெண்பாமாலை புறத்திணை என்று கூறும். இறையனார் அகப்பொருள் எதுவுமே கூறவில்லை. நம்பி அகப்பொருள் கைக்கிளையை இயற்கைப் புணர்ச்சியின் முன் ஒட்டாகக் கருதும்.

19. சமூக மாற்றம் வேகம் கொள்ளவும் நில உடைமை உச்சங்கொள்ளவும் வணிகம் வேகங் கொள்ளவும்

குறுநில அமைப்பிலிருந்து பேரரசு தோற்றம் கொள்ளவும் பெரும் மாற்றங்கள் உருவெடுத்தன.

20. இம்மாற்றங்கள் களவுமண அமைப்பிலும் வீழ்ச்சியை அடையச் செய்தன.

21. அத்தை, மாமன் மக்கள், மணஉறவு உடையோர்கூடக் களவு மணம் கொள்வது பெரும் சமூகக்கேடாகக் கொள்ளப்பெற்றது.

22. இதன் விளைவாகத் தொல்காப்பியப் பொருளதிகாரமே வீழ்ச்சியைச் சந்திக்க நேர்ந்தது. அழிந்தும் போயிற்று அல்லது மறைந்து போயிற்று.

23. களவியலின் மறுமலர்ச்சி அல்லது அகப்பொருள் மரபுகளின் மறுமலர்ச்சிக்கு இரண்டு காரணிகளை முதன்மையாகச் சுட்டுதல் வேண்டும். ஒன்று சைவ, வைணவ பக்தி இயக்கங்கள் பெருங்காரணம். இவை அகப்பொருள் மரபு சார்ந்த தலைமகன் தலைமகள் கூற்று முறைமையைப் பக்தி இயக்கத்திற்கு மடைமாற்றம் செய்யப்பட்டமையைக் குறிப்பிடுதல் வேண்டும். தலைமகன் தலைமகள் காதல் உணர்வு என்பது ஆண்டவன் அடியார் பக்தி உறவாக ஏற்கப் பெற்றுப் பாடல்கள் புனையப்பட்டன.இதனால் சங்க அகஇலக்கிய மரபுகளுக்கு மறுமலர்ச்சி ஏற்பட்டது. இரண்டாவது காரணம் பல்லவர் பாண்டியர் இடையேயான மொழி, இனம், இலக்கியம், சமயம் சார்ந்த தேசிய முன்னெடுப்பைக் கூறுதல் வேண்டும். பாண்டியர்வழித் தமிழ்த் தேசிய முன்னெடுப்பு என்பது சங்க இலக்கியத் தொகுப்பு, முச்சங்கம் கருத்தியல் முதலியவற்றிற்கு அடிகோலியது.

24. இவ்வாறான தமிழ்த் தேசிய முன்னெடுப்பில் பாண்டிய அரசு – தமிழ் மொழி – சைவம் எனும் ஒருங்கிணைப்பும் தோற்றம் பெற்றது.

25. தோற்றம் பெறவே தொல்காப்பியப் பொருளதிகாரம் இல்லாமையின் குறையைப் பாண்டிய மன்னனுக்காகச் சிவபெருமானே எழுதி அளிப்பதான தொன்மமும் உருப்பெற்றது. களவியல் மறுமலர்ச்சியில், புனிதமாதலில் இது மிக உச்சநிலை என்ற கூறுதல் வேண்டும்.

26. சமஸ்கிருதம் பெருமொழி வழக்கை பெற்றிருந்த தமிழ்ச் சமூகத்தில், இனம், மொழி, வரலாறு, பண்பாடு, சமயம் என அனைத்தும் சமஸ்கிருதத்திலிருந்துதான்

தோன்றின என்று எண்ணப்பட்ட தமிழ்ச் சமூகத்தில் தொல்காப்பியமும் ஆரிய மயமாக்கப்பட்டது.

27. இதனால் ஆரிய மணமுறைகள், வேதம் ஓதல், ஊழ்வினை, மறுபிறப்பு, மணமக்களுக்கான பத்துவகைப் பொருத்தங்கள், மணச் சடங்குகள் என்று களவியல் கருத்தாக்கத்தில் ஆரியச் சிந்தனைகள் இடைச்செருகலாகச் சேர்க்கப்பட்டன.

28. பெருமொழி வழக்கான சமஸ்கிருதம் கோலோச்சிய சோழர் காலச் சமூக அமைப்பில் வாழ்ந்த உரையாசிரியர்கள் சமஸ்கிருதமயமாக்கலை முழுவதும் ஏற்றுக்கொண்டு உரை எழுதினராதல் வேண்டும்.

29. சமஸ்கிருதமயமாக்கலுக்கு எதிரான சிந்தனைகளும் சோழர் காலத்தில் நிலவியதையும் உணர முடிகின்றது.

30. இவ்வாறாகத் தொல்காப்பியமும் சரி, தொல்காப்பியக் களவியலும் சரி வரலாற்றுக்கு முற்பட்ட புராதனத் தமிழ்ச் சமூகத்தில் தோற்றம் கொண்டு தமிழ்ச் சமூகத்தில் ஒரு நெடும் பயணத்தை மேற்கொண்டு இறுதியில் வெறும் இலக்கிய மரபாக மட்டும் நிலை பெற்றதை அறிய முடிகின்றது.

31. களவியலின் நெடும்பயணத்தைப் பின் வருமாறு வரிசைப்படுத்த முடியும்: புராதனத் தமிழ்ச் சமூகத்தில் களவு வாழ்க்கை தோற்றம் பெறுதல் – களவு மணம் வழக்கு பெறுதல் – களவு வாய்மொழி இலக்கியங்கள் தோற்றம் பெறுதல் – பாணர் மரபு கையேற்றல் – இலக்கண நெறி ஆதல் – எழுத்து மரபு தோன்றுதல் – தொல்காப்பிய உருவாக்கம் – தமிழ்ச் சமூகப் படிமலர்ச்சி – தலைமை மாற்றம் – உடைமைத் தோற்றம் – கற்பு மணம் வழக்கு பெறுதல் – களவு மண மறுதலிப்பு – களவு இயல் வழக்காறுகளின் அழிவு – பொருளதிகாரம் மறைவு – பக்தி இயக்கக் காலம் – களவியல் மறுமலர்ச்சி – புனிதமடைதல் – சமஸ்கிருதமயமாதல் – களவியல் இலக்கிய வழக்காக மாறுதல்.

32. ஆகத் தொல்காப்பியம் வரலாற்றிற்கு முற்பட்ட தமிழ்ச் சமூகத்தில் தோற்றம் கொண்டு பல்லாயிரம் ஆண்டுகளாகத் தமிழ்ச் சமூகத்தில் தம் நெடும் பயணத்தை மேற்கொண்டுள்ளமை குறிப்பிடத்தக்கது.

நெடும்பயணம் 2

தொல்காப்பியத்தில் பாலை:
இல்லாமையும் இருப்பும்

முன்னுரை

பண்டைய அக இலக்கிய மரபில் அகத்திணை ஏழு என்பதும் அவற்றுள் நடுவணதாக உள்ளவை அன்பின் ஐந்திணை என்பதும் அவற்றுள்ளும் நடுவணது பாலைத்திணை என்பதும் பொருள் நூலார் வழக்கு.

தொல்காப்பியர் அகத்திணை ஏழு என்று கூறினும் கைக்கிளை, பெருந்திணை ஆகியவற்றைவிட நடுவண் ஐந்திணைகளையே முதன்மைப்படுத்திப் பேசியுள்ளதை அறிய முடிகின்றது. நடுவண் ஐந்திணை களைக் கூர்மையாக ஆராய்ந்த தொல்காப்பியர் ஐந்திணைகளுள் நடுவணது ஆகிய பாலைத்திணை பற்றிக் கூடுதல் கவனம் செலுத்தி உள்ளதையும் அறிய முடிகின்றது. தொல்காப்பியர் பாலையைத் திணையாக ஏற்றுக்கொண்டுள்ளார். ஆனால் பாலைத் திணைக்குரிய பின்புலம், வாழ்க்கை முறை முதலியவற்றை வெளிப்படுத்த வல்ல நில அமைப்புப் பற்றிக் கூறாது சென்றுள்ளார். இன்னமும் வெளிப்படையாகப் பாலைக்கு என்று தனித்த நிலம் இல்லை என்று வரையறுத்துக் கூறியுள்ளார். நிலம் இல்லாத போது அந்நிலம் சார்ந்த வாழ்க்கை முறை, பண்பாடு முதலானவற்றை உள்ளடக்கிய திணை அமைப்பை எவ்வாறு

சிலம்பு நா. செல்வராசு

உருவாக்க இயலும் என்பதும் வினாவாக எஞ்சி நிற்கக் காணலாம். தொல்காப்பியர் பாலைத்திணைக்குரிய பெரும்பொழுது சிறுபொழுது ஆகியவற்றைச் சுட்டியுள்ளார். திணைகளுக்கு உரிய உரிப்பொருள்களாகப் புணர்தல் முதலியவற்றைக் கூறிய அவர் பாலை, உரிப்பொருள் பெறாது என்று கூறவில்லை. அதுபோல் 'தெய்வம் உணவாவே' என்று திணைகளுக்குரிய கருப்பொருளைச் சுட்டிய தொல்காப்பியர் பாலைத்திணைக்குரிய கருப்பொருளையும் உள்ளடக்கியே கூறியுள்ளதை அறிய முடிகின்றது.

எவ்வெவ் திணை பாலையாக மாறுமோ அவ்வவ் திணைகளின் கருப்பொருளே பாலையின் கருப்பொருட்கள் என்று கூறாது விடுத்தலின் உரையாசிரியர்கள் பாலையின் கருப்பொருட்களைப் பட்டியலிடக் காண முடிகின்றது. ஆகத் தொல்காப்பியர் கூற்றுப்படி பாலைத் திணைக்கு நிலம் இல்லை என்று அறிந்தாலும் பொழுது, உரி, கருப்பொருட்கள் ஆகிய வற்றின் வழியே ஒரு வகையான வாழ்க்கை, பண்பாட்டு முறையையும் அவற்றை உருவாக்கிய ஒருவகை நில அமைப்பையும் உய்த்துணருமாறு தொல்காப்பியர் இலக்கணத்தை உருவாக்கி உள்ளாரோ என்று ஐயுற வேண்டியுள்ளது.

தொல்காப்பியர் காலத்திற்குப் பின்பு இயற்றப்பட்ட சங்க இலக்கியப் பாடல்களில் பெரும் பகுதிப் பாடல்கள் பாலைத் திணைக்கு உரியவை. பொருள் தேடித் தலைவன் பிரிந்து செல்லும் பாலை நில வழி பற்றிச் சங்க இலக்கியங்கள் மிக விரிவாகவே பாடியுள்ளதை அறிய முடியும். தொல்காப்பியர் சுட்டாத பாலை நிலத்தைச் சங்க இலக்கியங்கள் சுட்டிச் செல்வது எப்படி என்ற வினாவும் எஞ்சி நிற்கிறது.

தொல்காப்பியம், சங்கப்பாடல்கள் தோன்றியதற்குப் பின்பு வந்த சிலப்பதிகாரம் பாலை, நிலம் பெறுவது எவ்வாறு என்ற அமைதியை விளக்கி உள்ளது. முல்லை நிலமும் குறிஞ்சி நிலமும் வேனிற்காலத்தில் பாலை நிலமாக மாறும் என்பது சிலப்பதிகாரத்தின் கூற்றாகும்.

இம்மூன்று கருத்துகளின் அடிப்படையில் சில வினாக்களை இக்கட்டுரை முன்வைக்கின்றது.

1. தொல்காப்பியர் பாலைக்கு நிலம் இல்லை என்று கூறுவதன் வழிப் பாலை நிலம் சார்ந்த வாழ்க்கை முறை, பண்பாடு என்று எவையும் பாலைக்கு இல்லை என்பது தொல்காப்பியர் கருத்து ஆகுமா?

2. பாலையைத் திணையாக ஏற்றுக்கொண்டு அதற்குப் பொழுது, உரி, கரு ஆகியவற்றைத் தொல்காப்பியர்

கூறுவதன் மூலம் ஒரு வகை வாழ்க்கை முறை உண்டு என்பது அவர் கருத்தாக உணர முடியுமா?

3. முல்லையும் குறிஞ்சியும் பாலையாக மாறும்போது முல்லை, குறிஞ்சி வாழ்க்கைமுறையையே பாலையின் வாழ்க்கைமுறையாகக் கொள்ளுதல் வேண்டுமா?

4. சங்க இலக்கியங்கள் சுட்டுகின்ற பாலை நிலம் என்பது முல்லை, குறிஞ்சி நிலங்களின் திரிந்த வடிவம் என்று கொள்ள முடியுமா அல்லது தனித்த பாலைச் சுரநெறி என்று கொள்வதா?

5. தனித்த பாலைச் சுரநெறியாயின் தமிழகத்தின் பாலை நிலமாக எவற்றைக் கொள்வது?

6. தொல்காப்பியர் கூறிய பாலைத்திணைக்குரிய அகப்பொருள் ஒழுக்கம் மற்றும் வாழ்க்கைமுறையும் சங்க இலக்கியங்கள் சுட்டுகின்ற பாலைத் திணைக்குரிய அகப்பொருள் ஒழுக்கம் மற்றும் வாழ்க்கைமுறையும் ஒன்றா அல்லது வேறு வேறானவையா?

மேலே கூறப்பட்ட அறுவகைப்பட்ட வினாக்களையும் கருதுகோளாக்கித் தமிழ்ச் சமூகப் பரிணாம வளர்ச்சியின் ஊடாகப் பாலையை ஆய்விற்குட்படுத்துகிறது இப்பகுதி.

பாலைத்திணை: பொது அறிமுகம்

பாலைக்கு நிலம் இல்லை என்றாலும் பாலைக்கான கருப்பொருள் பற்றி உரையாசிரியர்கள் விளக்கி உரைத்துள்ளதை அறிய முடிகின்றது. உரையாசிரியர்தம் கூற்றுப்படி பாலைக்கான கருப்பொருள்கள் வருமாறு:

1. தெய்வம் – கொற்றவை
2. மக்கள் – விடலை, காளை, மீளி, எயிற்றி, எயினர், மறவர், மறத்தியர்
3. பறவை – பருந்து, கழுகு, எருவை, புறா
4. விலங்கு – வலிமை குன்றிய யானை, புலி, செந்நாய் முதலியவை
5. ஊர் – பறந்தலை, குறும்பு
6. நீர்நிலை – நீரற்ற சுனை, கூவல்
7. பூக்கள் – குராம்பூ, மராம்பூ, பாதிரிப்பூ
8. மரங்கள் – உழிஞை, பாலை, ஓமை, இருப்பை, கள்ளி, சூரை

9.	உணவு	– வழிபறி பொருட்கள், ஊரிற் புகுந்து கொள்ளையடித்த பொருட்கள்
10.	பறை	– துடி, ஆறலை பறை, சூறைகோட் பறை, நிரைகோட்பறை
11.	யாழ்	– பாலையாழ்
12.	பண்	– பஞ்சுரம்
13.	தொழில்	– வழிபறி செய்தல், கொள்ளையடித்தல்
14.	கொடி	– கவலை

பாலைத்திணைக்குரிய நிலத்தை வறண்ட நிலம் எனவும் மறுபுலம் எனவும், செம்புலம் எனவும், வன்பால் எனவும் பண்டை நூலோர் அழைத்துள்ளனர். முல்லையும் குறிஞ்சியும் மழையின்றி வறண்டு போமாயின் அது வன்பாலை ஆகும். மருதமும் நெய்தலும் மழையின்றி வறண்டு போமாயின் அது மென்பாலை ஆகும். மீண்டும் மழை பெய்யின் பழைய நிலங்களாகும் என்பர் உரையாசிரியர். வறண்ட பகுதியில் பாலை மரங்கள் மிகுதி யாகக் காணப்படுதலின் அதுபற்றி இந்நிலம் பாலை எனப் பெயர் பெற்றது என்றும் பாலையாகிய பிரிதல் ஒழுக்கத்திற்கு இந்நிலம் சிறந்து விளங்கியதால் பாலை எனப் பெயர் பெற்றது என்றும் பெயர்க் காரணம் கூறப்பட்டுள்ளது (தொல். பொருள். அகம். 5. இளம், நச்சர்)

பாலைக்குத் தனி நிலம் கூறாத தொல்காப்பியர் அதற்கு நிலத்தெய்வம் என்று எதனையும் கூறவில்லை. பாலைக்குத் தெய்வம் கொற்றவை என்றும் ஞாயிறு என்றும் அடியார்க்கு நல்லார் சிலப்பதிகார உரையில் கூறுவர். இக்கருத்தையே இறையனார் அகப்பொருள் உரையிலும் காணமுடியும். நம்பி அகப்பொருள் முதலிய அக இலக்கண நூல்கள் கொற்றவையை மட்டும் குறிப்பிட்டுள்ளன.

ஞாயிற்றைப் பாலைக்குத் தெய்வமாக்கியது பற்றி நச்சினாக்கினியர் வேதவியல் அடிப்படையில் சில கருத்துக் களைக் கூறியுள்ளார்.

"பாலை நிலத்திற்கு ஞாயிற்றைத் தெய்வமாக்கி அஞ்ஞாயிற்றின்றும் தோன்றிய மழையையும் காற்றையும் அத்தெய்வப் பகுதியாக்கிச் சிலர் விளக்கம் கூறுவர். ஆனால், எல்லாத் தெய்வங்களுக்கும் அந்தணர் அவி கொடுக்கும் போது அவ் அவியை அங்கி (தீ) ஆதித்தனிடம் (ஞாயிறு) கொடுக்கும் என்பது வேத முடிவு ஆதலின் ஞாயிறு எல்லா நிலங்களுக்கும் பொதுவான கடவுள் என்பது பெறப்படும்" (தொல். பொருள். 5. நச்சர்)

நச்சினார்க்கினியர் குறிஞ்சி முதலிய நிலத் தெய்வங்களுக்கும் அவி கொடுக்கப்பட்டது என்பதைத் தமது கருத்தாகக் குறிப்பிட்டுள்ளார்.

பாலைக்குரிய பெரும்பொழுது இளவேனிலும் முதிர்வேனிலும் ஆகும். இளவேனில் தொடங்கும் சித்திரை முதல் ஆடித்திங்கள் வரை நான்கு மாதங்களும் பெரும்பொழுது ஆகும். சிறுபொழுது பகற்பொழுதின் நடுப் பகுதியாகிய நண்பகலாகும் 'பின்பனிப் பருவமும் உரித்தென மொழிப' என்பதனால் பின்பனியாகிய மாசி, பங்குனி மாதங்களும் பாலையின் பெரும்பொழுது என்பர். வேனிலும் நண்பகலும் பாலைக்கு உரித்தாகுமாற்றை நச்சினார்க்கினியர் பின்வருமாறு விளக்குவர்

> "காலையும் மாலையும் நண்பகலைப் போலவே வெப்பம் மிகச் சோலைகள் வாடக் கிணறுகள் வற்றிப் போக நீரும் நிழலும் இன்றி நிலங்கள் விளைவு நீங்கப் பறவைகளும் விலங்குகளும் தனித்து வருந்தி இன்பமின்றித் துன்பம் பெருகுவதோர் காலமாதலின் இன்பத்திற்கு இடையூறாகிய பிரிவிற்கு நண்பகலும் வேனிலும் சிறப்புடையவாயின" (தொல். பொருள். அகம். 9 நச்சர்).

தொல்காப்பியப் பொருளதிகாரத்திற்கு உரை எழுதிய சோம சுந்தர பாரதியார் "பின்பனிக் காலத்திலும் முதிர்வேனில் காலத்திலும் பிரிந்தோர் முறையே இளவேனிலிலும் கார்காலத்திலும் வந்து கூடுவர் ஆதலின் பின்பனி முதிர்வேனில் என்ற இரண்டு பருவங்களுமேயன்றி இளவேனில் பாலைக்குரிய பெரும்பொழுது ஆகாது" என்று கூறுவர்.

வீரசோழியத்தின் உரையில் பிரிதல் என்ற ஒழுக்கம் பற்றிய விரிவுகள் வரிசையாகத் தொகுக்கப்பட்டுப் பாலை நடையியல் என்ற பெயரில் சுட்டப்பட்டுள்ளன. உடன்போக்கு, கற்பொடு புணர்ந்த கௌவை, உடன்போக்கு இடையீடு, பல காலம் கழிந்த பின்பு மீட்சி, கற்புக் காலத்துப் பிரிவுகளாகிய பொருவயிற்பிரிவு, வினைவயின் பிரிவு, பரத்தையிற் பிரிவு நீங்கலான பிற பிரிவுகள் முதலியன தொகுத்துக் கூறப்பட்டுள்ளமை குறிப்பிடத்தக்கது.

பிற்காலத்து உருவான திவாகர நிகண்டு, சூடாமணி நிகண்டு முதலியவற்றில் பாலைக்குரிய கருப்பொருட்கள் சுட்டப்பட்டுள்ளன. பாலை நில மக்களாக இந்நிகண்டுகள் கொலைஞர், வனசரர், சவரர், சிலவர், மாகுலர், கிராதர், புளினர், வன்கட் பிணாக்கள், பேதையர், புள்ளுவர், இறுக்கர் ஆகியோரைச் சுட்டி உள்ளன. இப்பெயர்கள் யாவும் பழைய இலக்கியங்களில் இடம்பெற்றவையாகக் கூற இயலாது. பிற்கால இலக்கியங்களில் இப்பெயர்கள் இடம்பெற்றிருக்க வேண்டும்.

தொல்காப்பியத்தில் பாலைத்திணை

தொல்காப்பியர் பாலையை அகத்திணை ஏழினுள் ஒன்று எனக் "கைக்கிளை முதலாப் பெருந்திணை இறுவாய் முற்படக் கிளந்த எழு திணை என்ப" எனும் நூற்பா வழிச் சுட்டிச் செல்வர். இந்த ஏழுள்ளும் நடுவண் ஐந்திணை என்பது அகனைந்திணை எனப்பட்டது. அகனைந்திணையுள் நடுவணதாக அமைக்கப்பட்டதே பாலைத்திணை என்பது தொல்காப்பியர் கருத்து.

நடுவண் ஐந்திணை நடுவணது ஒழியப்
படுதிரை வையம் பாத்தியப் பண்பே

(தொல். பொருள். அகம். 2)

எனும் நூற்பா நடுவண் திணை என்று பாலைத்திணையைச் சுட்டியுள்ளது. நடுவண் திணையாகிய பாலைத்திணை ஒழிந்த ஏனைய முல்லை, குறிஞ்சி, மருதம், நெய்தல் ஆகிய திணைகளுக்கு நிலம் உள்ளது. பாலைக்கு என்று தனி நிலம் இல்லை என்பது இந்நூற்பாவின் கருத்து. பாலைத்திணை பற்றிப் பல்வேறு நோக்கில் உரையெழுதிய நச்சினார்க்கினியர் முதலில் உலகம் நான்கு நிலங்களாகவே படைக்கப்பட்டது என்பதை விளக்குவர். உலகத்தைப் படைக்கின்ற காலத்துக் காடும், மலையும், நாடும், கடற்கரையுமாகவே படைத்தனன். எனவே, நானிலம் என்பது வழக்காயிற்று என்று நச்சினார்க்கினியர் கூறுவர். அடுத்ததாகப் பாலைக் கலிக்கு விளக்கம் கூறும்போது 'பாலைக்கு நிலம் இன்று எனின் அற்றறன்று' என்று கூறி அத்திணை எல்லா நிலத்தும் பயின்று வரும் ஆதலின் நிலம் உண்டாயிற்று என்பர். அடுத்து மதுரைக் காஞ்சிக்கு உரை எழுதும் நாச்சினார்க்கினியர் "ஐம்பாற்றிணையும் கவினி" எனும் பாடலடிக்குப் (மது. 325, 326) பாண்டிய மண்டிலத்தின்கண்ணே ஐந்து கூற்றினை உடைய நிலங்களும் அழகு பெற்று என்று விளக்குவர்.

பாலைக்கு நிலம் தனித்து இல்லை எனத் தொல்காப்பியர் கூறிய பிறகு நெடுநாள் நீங்க முதன்முதலில் சிலப்பதிகாரம்தான் பாலைக்கு நிலம் இருப்பதை விளக்கி உள்ளது.

முல்லையும் குறிஞ்சியும் முறைமையின் திரிந்து
நல்லியல் பழிந்து நடுங்குதுய ருறுத்துப்
பாலை யென்பதோர் படிவங் கொள்ளும் (சிலம்பு. நாடு. 64–66)

எனும் சிலப்பதிகாரப் பாடல் அடிகள் பாலை நிலம் பற்றி விவரிக்கக் காணலாம். முல்லை நிலமும் குறிஞ்சி நிலமும் மழை இன்றி வறண்டு தனது தன்மையில் வேறுபட்டு நல்ல இயல்பு களும் கெட்டுப் பிறர் நடுங்குமாறு துயரத்தை வெளிப்படுத்திப் பாலை என்பதாக மாறும் என்று சிலப்பதிகாரம் கூறியுள்ளது.

சிலப்பதிகாரம் பாலைக்கு வகுத்த நிலவியல் கருத்தே தமிழ்ப் பண்பாட்டு வரலாற்று நெடுகிலும் ஆதிக்கம் செலுத்தி உள்ளதை அறிய முடியும்.

அடுத்ததாகத் தொல்காப்பியர் பாலைத்திணைக்குரிய பெரும்பொழுது சிறுபொழுது பற்றிய வரையறைகளை விளக்கி உள்ளார்.

நடுவுநிலைத் திணையே நண்பகல் வேனிலொடு
முடிவுநிலை மருங்கின் முன்னிய நெறித்தே
(தொல். பொருள். அகம். 11)

பின்பனிதானும் உரித்தென மொழிப
(தொல். பொருள். அகம். 12)

ஆகிய இரண்டு நூற்பாக்களும் பாலைத் திணைக்குரிய பொழுதுகளை வரையறை செய்துள்ளன. இவற்றின்படி இளவேனில், முதிர்வேனில் இவற்றோடு பின்பனிக் காலமும் பாலைக்குரிய பெரும்பொழுதுகள் ஆகும். பகற்பொழுதின் நடுக்கூறாகிய நண்பகற் பொழுது சிறுபொழுது ஆகும்.

தொல்காப்பிய அகத்திணை இயலுக்கு உரைவளம் கண்ட மு. அருணாசலம் பிள்ளை (1994) பாலைக்கு நிலம் உண்டு என்பதையும் அவ்வாறு நிலம் உண்டு என்பதைத் தொல்காப்பியர் பலபடியாகத் தம் நூலுள் குறித்துச் சென்றுள்ளார் என்பதையும் மிக விரிவாகத் தம் உரையில் விளக்கிச் சென்றுள்ளார். "பாலைக்கு நிலம் உண்டு எனவும் அந்நிலம் முல்லைக்கும் குறிஞ்சிக்கும் இடையில் உள்ளது எனவும் தொல்காப்பியர் பலபடியாகக் கூறி இருத்தலை நன்கு உணர்ந்த மாங்குடி மருதனார், பாலைக் கௌதமனார் ஆகிய சங்கச் சான்றோர்கள் தாம் இயற்றிய சங்கப் பாடல்களில் ஐவகை நிலம் உண்டெனக் கூறி இருத்தலை அறிதல் வேண்டும். இவ்வாறு அறிந்து வைத்தும் பாலைக்கு நிலம் உண்டு என்று ஓரிடத்தும் இல்லை என்று பிறிதோர் இடத்தும் உண்டென்றோ இல்லை என்றோ தெரிந்து கொள்ள முடியாதவாறு மற்றொரிடத்தும் கற்பவர் மயங்குமாறு எழுதி இருத்தலை உரைகள் மூலம் அறிய முடியும்". இவ்வாறு விளக்கம் தரும் மு. அருணாசலம் பிள்ளை (1994) தொல்காப்பியர் பாலைக்கு நிலம் உண்டு என்று உடன்பட்ட குறிப்புகளை நெறிப்படுத்தியும் உரைப்பர். அவை வருமாறு

1. பாலைக்குக் காலமாகிய முதற்பொருள் உண்டே அன்றி நிலமாகிய முதற்பொருள் இல்லை எனத் தொல்காப்பியர் கருதி இருப்பாராயின் 'நடுவுநிலைத் திணையே நண்பகல் வேனில்' என்ற அளவில் நூற்பாவை முடித்திருப்பார். அவ்வாறன்றி 'முடிவு நிலை மருங்கின்

முன்னிய நெறித்தே' என்று மேலும் கூறியது பாலைக்குச் செயற்கை நிலம் உண்டு என்பதைக் கூறுவதற்காகும்.

2. 'படுதிரை வையம் பாத்திய பண்பே' என்றதனால் செயற்கை நிலம் ஒன்று உண்டெனத் தோற்றுவாய் செய்தார். 'மாயோன் மேய' என்று தொடங்கும் நூற்பாவில் செயற்கை நிலம் தோன்றுவதற்குரிய இடம் இஃது எனப் புலப்படுத்தினார்.

3. 'திணை மயக்குறுதல்' என்னும் நூற்பாவில் நில மயக்கம் கூறுதலும் பின்னர் இடைச்சுர மருங்கு என முல்லைக்கும் குறிஞ்சிக்கும் இடையே பாலையாகிய சுரம் உள்ளது என்பது தோன்றக் கூறினார்.

4. குறிஞ்சிக்குப் புறமாகிய வெட்சித்திணையைக் கூறி முடித்த பின்பு முல்லைக்குப் புறமாகிய வஞ்சித் திணையைக் கூறுவதற்கு முன்பாக இரண்டிற்கும் இடையில் பாலை நிலத்து வாழும் மக்கள் இயல்பும் கொற்றவை சிறப்பும் கூறுவாராய் 'மறங்கடைக் கூட்டிய குடிநிலைச் சிறந்த கொற்றவை நிலையும்' கூறி இருப்பது சிந்திப்பதற்கு உரியது ஆகும்.

5. திணை நிலை மக்கள் பெயரைக் கூற வந்த தொல்காப்பியர் 'ஆயர் வேட்டுவர் ஆடூஉத் திணைப் பெயர்' என்ற நூற்பாவில் முல்லை நில மக்கள் பெயராகிய ஆயரைக் கூறி அடுத்துப் பாலைக்கும் குறிஞ்சிக்கும் பொதுப் பெயராகிய வேட்டுவரைக் கூறி இருப்பதும் சிந்திப்பதற்குரியதாகும்.

6. குறிஞ்சி ஒழுக்கத்திற்கும் முல்லை ஒழுக்கத்திற்கும் இடையே பாலை ஒழுக்கத்தை வைத்துப் 'புணர்தல் பிரிதல் இருத்தல்' என்று உரிப் பொருளை வரிசைப்படுத்தியதனாலும் குறிஞ்சிக்கும் முல்லைக்கும் இடையே பாலை நிலம் உண்டென்பதை உணர வைத்தார்.

இவ்வாறாக அறிஞர் மு. அருணாசலம் பிள்ளை (1994) பாலைக்கு நிலம் உண்டு என்பதற்கான ஆய்வை நிகழ்த்தி உள்ளமையை அறிய முடிகின்றது. அறிஞரின் இந்த ஆராய்ச்சி பாலைக்கு நிலம் உண்டென்பது தொல்காப்பியருக்கு உடன்பாடு என்பதை நிறுவுவதாக அமைந்துள்ளது. அவ்வாறு தொல்காப்பியருக்குக் கருத்து இருந்திருப்பின் அதனை வெளிப்படையாகக் கூறாமல் உய்த்துணர வைத்திருப்பதின் நோக்கம் புலனாகவில்லை.

ஐந்திணைகளுக்குரிய கருப்பொருட்கள் எவை என்பதைத் "தெய்வம் உணாவே மாமரம் புட் பறை" எனும் நூற்பா எடுத்துக்

கூறி உள்ளது. ஐந்திணைகளுக்கும் பொதுவான வகைப்பாடாக உள்ளமையின் தனித்த கருப்பொருட்களை உரையாசிரியர் வழியேதான் அறிய முடிகின்றது. பாலைத்திணைக்குரிய கருப்பொருள்களாக இளம்பூரணர் கூறியுள்ளமை வருமாறு: தெய்வம் – கொற்றவை, உணவு – ஆறலைத்த பொருள், விலங்கு – வலிமையற்ற யானை, புலி, செந்நாய் முதலியன, மரம் – பாலை, இருப்பை, கள்ளி முதலியன, பறவை – எருவையும் பருந்தும், பறை – ஆறலை பறையும் சூறை கொண்ட பறையும், பண் – பாலை, தொழில் – ஆறலைத்தல், மலர் – மராம்பூ, நீர் – நீரற்ற கூவலும் சுனையும்.

பாலைத்திணைக்குரிய ஒழுக்கமாக உரையாசிரியர்கள் கூறுவது உடன்போக்குப் பிரிவு, பொருள்வயிற் பிரிவு முதலியன ஆகும். இவ்வாறான பிரிவுக்காலங்களில் தலைமகனுக்குக் கூற்று நிகழும் இடங்கள் குறித்துத் தொல்காப்பியத்தில் ‘ஒன்றாத் தமரினும் பருவத்தும் சுரத்தும்’ எனத் தொடங்கும் நூற்பா அமைக்கப்பட்டுள்ளது. இந்நூற்பா உடன்போக்கு, பொருள் வயிற்பிரிவு, ஓதற்பிரிவு, தூதுவயின்பிரிவு, துணைவயின் பிரிவு, வினைவயின் பிரிவு, காவற்பிரிவு, பரத்தையிற் பிரிவு ஆகிய பிரிவுகள் பற்றிய விளக்கங்களைக் கூறி இப்பிரிவுகள் நிகழும் காலத்துத் தலைமகன் நிகழ்த்தும் கூற்று முறையை எடுத்துரைத்துள்ளது. இவற்றுள் பரத்தையின் பிரிவு நீங்கலாக ஏனைய பிரிவுகளைப் பாலைத் திணைக்கண் அடக்குதல் வேண்டும் என்பது உரையாசிரியர்தம் கருத்துகள் ஆகும்.

அடுத்த நிலையில் தொல்காப்பியர் பாலைத் திணையை வாகைத் திணையோடு சேர்த்துக் கூறுவதை அறிய முடிகின்றது.

வாகைதானே பாலையது புறனே

எனும் நூற்பா வாகையைப் பாலைத்திணையின் புறனாகக் கொண்டுள்ளது. இதற்கு உரை எழுதும் இளம்பூரணர் “பாலையாவது தனக்கென ஒரு நிலமின்றி எல்லா நிலத்தினும் காலம் பற்றிப் பிறப்பது போல இதுவும் எல்லா நிலத்தினும் எல்லாக் குலத்தினும் காலம் பற்றி நிகழ்வது ஆதலினாலும் ஒத்தார் இருவர் புணர்ச்சியினின்றும் புகழ்ச்சி காரணமாகப் பிரியுமாறு போலத் தன்னொடு ஒத்தாரினின்றும் நீங்கிப் புகழப்படுதலானும் அதற்கிது புறனாயிற்று” என்று விளக்கம் கூறுவர்.

இதுகாறும் பகுதி ஒன்றில் கூறப்பெற்ற செய்திகள் பாலைத்திணையின் பொது இலக்கண மரபை, இலக்கண வரலாற்று அடிப்படையிலும் தொல்காப்பிய நோக்கு அடிப்படையிலும் விளக்கி உரைத்தன. பாலையின் பெயர்க்

காரணம், பாலைக்குரிய பெரும்பொழுது, சிறுபொழுது அப்பொழுதுகளின் பொருத்தப்பாடு, கருப்பொருள் மரபுகள், பாலைக்கு நிலம் உண்டா இல்லையா என்ற விவாதக் குறிப்புகள், தொல்காப்பியர் நிலம் இல்லை என்று கூற உரையாசிரியர்கள் குறிப்பாக நிலம் உண்டு என்று கூறிய கருத்துக்கள் முல்லைக்கும் குறிஞ்சிக்கும் இடைப்பட்ட பகுதியே பாலைக்குரிய நிலப்பகுதி என்ற கருத்து ஆகியன பற்றிய விளக்கங்கள் உரைக்கப் பெற்றன.

சங்க இலக்கியத்தில் பாலை: நிலமும் வாழ்க்கைமுறையும்

தொல்காப்பியம் பாலைக்கு நிலம் இல்லை என்று கூறச் சங்க இலக்கியங்களோ பாலை நிலம் பற்றியும் அந்நிலத்து மக்களின் வாழ்வியல் பண்பாட்டு மரபு பற்றியும் விரிவாகப் பதிவுசெய்துள்ளதை அறிய முடிகின்றது. சங்க இலக்கியங்கள் பதிவுசெய்துள்ள பாலை நிலம், அந்நிலமக்களின் வாழ்விடம், வாழ்விடத்தின் இயல்பு, மக்களின் வாழ்க்கைமுறை, பண்பாட்டு நெறி முதலானவை தனித்த இன அடையாளங்களோடு திகழ்வதாக உணர முடிகின்றது. வறட்சிக் காலத்தில் மாற்றம் பெற்ற குறிஞ்சி, முல்லை வாழ்க்கை முறையாக இவற்றை எண்ண இயலாதவாறும் அமைந்துள்ளன. சங்க பாலை வாழ்க்கை முறையை முழுவதுமாக அறியும் வகையில் சங்க இலக்கியங்களில் இடம்பெற்றுள்ள பாலைத்திணைச் செய்திகளை இனி வரும் பகுதி விளக்கி உரைக்கும். அவை வருமாறு:

ஞாயிறு சுடும் பக்க மலையிடத்தே கூர்மையான பருக்கைக் கற்கள் வழிச்செல்வோர் விரல் நுனிகளைச் சிதைக்கும் (அகம். 5) அத்தக் கள்வர் பசுக்களைக் கவர்ந்து செல்லப் பசுக்குரியோர் அவர் பின்னே சென்று பூசலிட்டனர் (அகம்.7) சுரத்தின்கண் உள்ள அழகிய சிற்றூரின்கண்ணே வளைந்த நுண்ணிய கூந்தலை உடைய பெண்கள் உலக்கையால் உயர்த்திக் குற்றும் உரலினின்றும் எழும் ஒலி, பக்க மலையிலுள்ள ஆந்தைகளின் ஒலியோடு மாறி மாறி ஒலிக்கும் (அகம். 9) சீறூர் மறவர்கள் அம்பு எய்தலால் வழிச்செல்வோர் நிணமும் குருதியும் ஒழுக மடிந்து கிடந்தனர். அவரது கண்களைக் கவர்ந்துகொண்ட கழுகு ஓங்கி உயர்ந்த யாமரத்துக் கிளைகளில் உள்ள குஞ்சுகளுக்கு உணவாக அவற்றை உமிழ்ந்து கொடுக்கும் (அகம். 31). குறும்படைகளை உடைய மழவர் (வெட்சியர்) நீண்ட வேலினை உடையவர்கள். வில்லேர் வாழ்க்கையை உடைய சிறந்த அம்பினை உடைய மறவர்கள் (கரந்தையர்). அவர்களைப் போர் முனையிலே வென்று ஆநிரையை மீட்டுவந்தனர். பின்பு அவ்வெட்சியாரை மேட்டு நிலத்தே வீழ்த்தினர். தம் வலிய ஆண்மைக்கு அடையாளமான நடுகல் தெய்வத்தை வழிபட மயிற்பீலிகை சூட்டினர். துடியை

முழக்கினர். நெல்லால் ஆக்கிய கள்ளைப் படைத்தனர். செம்மறிக் குட்டியைப் பலி கொடுத்தனர் (அகம். 35).

விழுத்தொடை மறவர் வில் எய்தலால் வீழ்ந்தவர்களின் எழுத்துடைய நடுகல் அருஞ்சுரத்தில் விளங்கின (அகம். 53) கன்றுகளைக் காணாது பொலிவிழந்த கண்களை உடையனவும் செவிகளைச் சாய்த்தும் மன்று செறிந்து நிறைவதனால் உண்டான துன்பத்தையும் உடையனவும் ஆகிய பசுக்களைக் கடுங்கால் மறவர் கல்லென் சிற்றூரில் கொண்டுவந்தனர் (அகம். 63). வேட்டையாடுதலை உடைய கள்வர், வாரினை வலித்துக் கட்டியதும் ஏறு கொள்ளுங்கால் அடிக்கப்படுவதுமாகிய பறையின் ஒலி கேட்டுத் தலைவி மருண்டனள் (அகம். 63) போரில் வெற்றி பெற்ற நாணுடைய மறவர், கூரிய அம்புகளையும் குறிபார்க்கும் பார்வையினையும் உடையவர்கள். அவர்கள் அகன்ற மேட்டு நிலப்பகுதியில் நெல்லி மரங்கள் சூழ்ந்த இடத்தில் போரிட்டு மடிந்தனர். நடுகற்களில் மானம் மிகுந்த அம்மறவர்களின் பெயரும் சிறப்பும் பொறித்தனர். மயில்தோகை சூட்டிக் கற்களின் முன்னே வேலும், கேடயமும் சார்த்தி வைத்தனர். இவ்வாறான காட்சிகள் வழி எங்கும் பகைவர் போர்முனையைப் போன்று காட்சி தந்தன (அகம். 67). வேற்று மொழி பேசும் நாடுகளைக் கைப்பற்ற வேண்டிச் செல்லும் மன்னர்தம் கேடயங்கள் போலப் பாழிடங்களில் இறந்தவர்களை இட்டுத் தழைகளால் மூடிய கற்குவியல்கள் காணப்பட்டன (அகம். 69). கானக வாழ்க்கையும் புலி போலும் வலிமையும் வீரக் கழலையும் உடைய மறவர்கள் தமது பழமை வாய்ந்த சிற்றூரில் உள்ள மன்றத்து நிழலிலே படுத்து உறங்குவர் (அகம். 75).

அச்சத்தைத் தரும் துடியினையும் வலிய வில்லினையும் உடைய கருங்கை ஆடவர் வழிச்செல்வோரை அலறத் தாக்கி அவர்தம் கைப்பொருளைப் பறிக்கும் நோக்கத்தோடு சுரவழியில் செல்வர் (அகம். 79). வேடர்கள் பெண் யானை அலறுமாறு ஆண் கன்றினைப் பிரித்துக் கொண்டு வந்த மகிழ்ச்சியில் செருக்குற்று வெண் கம்பின் நாரினால் கன்றினை இறுகக் கட்டி மூதூரின்கண் கள்ளிற்கு விலையாக அதனைக் கள் விற்கும் வீட்டின் வாயிலிலே கட்டுவர் (அகம். 83). விசை கொண்ட வில்லுடை மறவர்கள் ஊனைத் தின்று தம் கருந்தோள் பூரிக்கப் பண்டச் சுமை மிகுந்த கழுதை நிரைகளைப் பின்தொடர்ந்து வரும் வாள் வீரரான வணிகச் சாத்தரை வாட்டி அவர்தம் அருந்தலைகளைத் துணிப்பர். புலால் நாறும் அக்களத்தில் தம் துடியினை முழக்கி அணிகளைத் திறையாகப் பெறுவர். அத்திறைப் பொருட்களை விற்கள் பொருந்திய அரணிடத்தே தமக்குள் பகுத்துக் கொள்வர் (அகம். 89). கொலைவில் ஆடவர் இரவுப் பொழுதில் காட்டரண்

களில் உள்ளவர் அலறுமாறு அவர்களைக் கொன்று ஆநிரைகளைக் கைப்பற்றி அவற்றை அறுத்துப் பகுத்துக்கொண்டு பெரிய கற்பாறையின் முடுக்கரிலே சுட்டு அத்தசையினை உண்ணுவர் (அ;கம். 97).

செங்கண் மழவர் சுருண்ட மயிரினையுடைவர். அவர்தம் இருமலுக்கு மருந்தாகப் புற்று மண்ணை வாயில் அடக்கிக் கொள்வர். நெருப்பு உமிழும் அம்புடைய வில்லினை ஏந்தியவர். தயிர்கடையும் மத்தினைக் கவர்ந்துகொண்டு ஆநிரைகள் உள்ள இடத்திற்குள் தம் செருப்புகள் தேயச் செல்வர். பகைவரின் காவல் மிகுந்த இடங்களில் கன்றுகளை உடைய ஆநிரைகளைக் கவர்வர் (அகம். 101). பசுக்கள் மிகுந்திருந்த சிற்றூரை அங்குத் தங்கியிருந்த மக்கள் கைவிட்டுப் போக அவ்வூரின் பெரிய மன்றத்திலே மறவர் வழிப்பறிக்காகப் பார்த்திருப்பர் (அகம். 103). பாலை வழியில் புலியானது மானை அடித்துத் தின்று கைவிட்டுப் போன இறைச்சியை வழிச் செல்லும் வம்பலர் மூங்கில் அரிசியுடன் கூட்டி ஆயர் சேரியிலுள்ள தயிரை இட்டு நிணத்தை உருக்கிச் சமைத்த வெண் சோற்றைத் தேக்கிலையில் வைத்து உண்பர் (அகம். 107).

நிணம் தோய்ந்தமையால் வெண்மையான நுனையை உடைய அம்பு வேகமாகத் தைத்தமையால் எண்ணற்றவர் இறந்தனர். அவர்தம் உடல்களைத் தழையிட்டு மூடி மறைக்கப் பெற்ற கற்குவியல்களை உடையது அருஞ்சுரம். அவ்வழி ஆறலைப்பவர் வசப்பட்டமையால் வழிச்செல்வோர் வழக்கற்றனர். அறியாது அவ்வழி வந்தோரிடம் பொருள் இல்லையாயினும் அவரைக் கொல்லாது சிலநேரம் விடுவதுண்டு. அவ்வாறு கொல்லாது விட்டமைக்காக அறனில் வேந்தன் களிற்றுக் கோட்டோடு புலித்தோலையும் தண்டமாக விதிப்பான் (அகம். 109). வழிச்செல்வோரைக் கொன்ற மறவர் தம் படைக்கலனை அரித்தொழுகும் சிலவாகிய நீரில் கழுவுவர் (அகம். 113). உமண் சாத்து கைவிட்டுச் சென்ற கல் அடுப்பில் வல்வில் மழவர் மணம் உண்டாக இறைச்சியைப் புழுக்கி விருப்பமுடன் உண்ணுவர் (அகம். 119). துன்பம் செய்யும் மழவரது வண்டிச் சக்கரம் கிழித்து உண்டாக்கிய வழியில் வணிகச் சாத்தர் செல்வர். அவர் சோறு பொதிந்து கொணர்ந்த பனைக்குடையைச் சூறாவளி தூக்கி எறிந்தது (அகம். 121). கல்லா மழவர் வில்லை ஏந்தி வழிச்செல்வோரைப் பார்த்திருப்பர் (அகம். 127).

கூரிய படையையும், செருப்பினையும் உடைய மழவர், சீறூர் மக்கள் தம் தலைகளில் கைவைத்து அலறும்படி அவர்தம் கொழுத்த ஆநிரைகளைக் கவர்ந்து சென்று கொன்று தின்று சுனை நீரைப் பருகுவர் (அகம். 129). சீழ்க்கை ஒலியினையும் தப்பாத

அம்பினையும் வெட்சி மலரினையும் உடைய மறவர்கள் விடியற் காலையில் பசுக் கூட்டத்தைக் கவர்ந்து சென்றனர். அவருடன் போரிட்டு ஆநிரைகளை மீட்டுவரச் சென்ற மறவர் சுரவழியில் நெடுந்தூரம் வந்தமையால் நடை தளர்ந்து நின்ற கன்றுகளின் கண்ணீரைத் துடைத்து அவற்றின் துயரைப் போக்கினர். நிரை மீட்ட போரில் இறந்த மறவரின் பெயரும் பெருமையும் பொறித்து நட்ட நடுகல்லில் மயிற்பீலி சூட்டப்பட்டது. நடுகல்லின் முன் வேல் ஊன்றப் பெற்றுக் கேடயமும் சார்த்தப் பெற்றது (அகம். 131) பாலை வழிச் செல்லும் வழிப்போக்கர்கள் சேற்றைக் கிளைத்து ஊறிய நீரை உண்டு செல்வர் (அகம். 133). பாலை வழியில் செல்வோர் பதுக்கைகளின் நிழலில் வளர்ந்துள்ள கள்ளியின் அடியில் தங்கிச் செல்வர். அவ்விடத்தே பல்லியானது வழிச்செல்வோர்க்கு நிமித்தங்களைக் கூறும் (அகம். 151).

பாழ்பட்ட பல இடங்களில் சீழ்க்கை ஒலி உடைய கோவலர் பசுக்கள் உண்ணும் பொருட்டுத் தாம் தோண்டிய கிணற்றினின்று பத்தலால் நீரை இறைத்து வார்ப்பர் (அகம். 155). கள்ளை விரும்பிக் குடித்துச் செரு வேட்டு எழுந்த செங்கண் ஆடவர்தம் வில்லினால் வீழ்ந்தோர் பதுக்கைகள் பாலை நிலத்தில் காணப்பட்டன (அகம். 157). கொடு வில் ஆடவர் அணங்குடைய வில்லை எய்து பல பசுக்கள் நிறைந்த நிரையைக் கொண்டு சென்றனர். அம்பினையும் வில்லையும் உடைய மறவர் ஆநிரையை மீட்கும் பொருட்டுப் போரிட்டுப் பகைவரை விரட்டினர். அதனால் ஏற்பட்ட செருக்கினையும், வெற்றியினையும் உடையவராய்த் துடியோசைக்கு ஏற்ப ஆடித் தழை மாலை சூடி உமணர் விட்டுச் சென்ற கல்லடுப்பில் ஊனைப் புழுக்கி உண்டனர் (அகம். 159). காட்டு வழியிடையே சுருண்ட மயிரினையும் தறுகண்மையினை யும் உடைய மறவர் வழிச்செல்வோரைக் கொல்வதனால் சுரவழி முடை நாற்றம் உடையதாக இருந்தது (அகம். 161).

துன்பம் செய்யும் அம்பினையும் வில்லையும் உடைய மறவர் சாத்து எறிந்து அவர் பொருளைக் கொள்ளையாகக் கொண்டு உண்பர். அவரது பகைக்கு அஞ்சிய ஊர் மக்கள் அவ்வூரை விட்டு நீங்கினர். அதனால் பாழ்பட்ட அவ்விடத்தில் பீர்க்கு படர்ந்து இருந்தது. யானைகள் உராய்வதால் நீண்ட சுவரில் உள்ள விட்ட மரம் அசைந்து வீழ்ந்தது. அங்கு வாழ்ந்திருந்த புறாக்கள் விட்டுச் சென்ற மாடங்கள் யாவும் உதிர்ந்து கிடந்தன. சுவரில் எழுதப்பட்ட கடவுள் அவ்விடம் விட்டு நீங்கியது. பலியும் மறக்கப்பட்டது. பொலிவிழந்த திண்ணையில் புனிற்று நாய் பொருந்திக் கிடந்தது. வீட்டின் கைம்மரங்கள் சிதையுமாறு கரையான் பரவி இருந்தது (அகம். 167). சுரவழியில் புலி கொன்று தின்று மீதமான யானையினது ஊனைக் கலிகெழுமறவர் தம்

கோலிற் கோத்துச் செல்வர். எஞ்சிய ஊனை உமணர் தீயில் வாட்டிச் சுனைநீர் கொண்டு ஊன் சோறு சமைப்பர் (169).

தறுகண் ஆடவர் அம்பைச் செலுத்தும்தோறும் அது ஒலி எழுப்பிச் சென்று ஆறுசெல் புதியவரைக் கொல்லும் (அகம். 175). கொடுவல் ஆடவர் பெயரும் பீடும் எழுதப்பட்ட நடுகற்கள் நிரம்பிய பாலை வழிகள் குறும்பர் செய்யும் கலகத்தை அடக்குவார் இல்லாமல் வறிதே காணப்பட்டன (அகம். 179). செருப்பு உடைய காலினையும் பகடு ஓட்டும் கோலினையும் உடைய உமணர், பாதிரிப்பூவினையும் அலரிப்பூவினையும் தாழும் மடலினையும் சேர்த்துக் கட்டிய மாலையினை அணிந்திருந்தனர். அவர் ஊரே திரண்டு வந்தாற்போன்று உப்பு வண்டிகள் பலவுடன் பாலை வழியில் செல்லுவர். வலிய எருதுகள் வண்டிகளை இழுத்துச் செல்லும். அவ்வெருதுகளின் மணியோசையும் உமணரின் சீழ்க்கை ஒலியும் பெருங்காட்டில் வழிச்செல்வோருக்கு எதிரே சென்று ஒலித்துப் பாதுகாப்பைத் தரும் (அகம். 191) வில்லேர் உழவராகிய மறவர் மழை வளத்தை விரும்பாதவர்கள். தமக்கு வேட்டை வாய்க்கப்பெற்ற நன்னாளில் சுற்றத்துடன் எழுந்து வழிப்போவோரைக் கொல்வர் (அகம். 193)

தெய்வம் உறையும் கடற்பரப்பாகிய உப்பளத்தில் விளைந்த உப்பினை வீரம் செறிந்த ஆடவராகிய உமணர் மூட்டைகளாகக் கழுதைகளின் மீது ஏற்றிக்கொண்டு நிமித்தம் பார்த்தவராய் மேற்றிசை நோக்கிச் செலுத்துவர். அக்கழுதைகளின் குளம்புகள் படுதலால் பாலை நில வழியில் பரற்கற்கள் பிறழ்ந்து கிடக்கும் (அகம். 207). மறவர் மல்லிகை மலர்களைத் தம் சுருண்ட முடியிலே சூடிக் கொண்டு போர் முனையில் பகைவரை வென்று அவர்தம் பசுக் கூட்டத்தை ஆனேறுடன் கவர்ந்து வந்தமைக்காக விடியற்காலத்தே நறவினைப் பலி கொடுத்து வெண் நிற ஊன் சோற்றினை உணவாக உட்கொள்வர் (அகம். 213). ஏவல் ஆடவர் தம் அம்பின் இலக்குத் தவறுமானால் அம்பு தொடுத்த தம் கையினைக் கடித்துக்கொள்ளும் கல்லாப் பண்புடையவர். மாறாத வீரத்தையும் திருத்தமான அம்பினையும் உடையவர்கள். அவர்கள் வழிச்செல்வோரைக் கொன்று பிணங்களைக் கற்கள் கொண்டு மூடி வைப்பர் (அகம். 215). கொடுவில் கானவர் வில்லிட இறந்தோரின் தலையுடைய அவர்தம் உடல்களைத் தழைகளாலும் கற்களாலும் மூடி வைத்தனர். பாழ்பட்ட இடமாகிய கள்ளிகள் சூழ்ந்த அக்களர்நிலத்தில் குவிந்திருந்த அக்கற்குவியல்கள் நினைப்போர் நெஞ்சங்களை நடுங்க வைக்கும் (அகம். 231).

புலி போன்ற முழக்கத்தையும் செங்கண்ணையும் உடைய ஆடவர், தீக் கொள்ளியையும் அம்புகளையும் கையிற் கொண்டு இரவு நேரத்தில் பகைவர் ஊரினைப் போரிட்டு அழித்து

ஆநிரைகளைக் கவர்ந்து வந்தனர் (அகம். 239). வழிச் செல்லும் சாத்துகளை எறிந்து கொல்லும் பண்பில்லாத வாழ்க்கை உடைய வல்வில் இளையர் தலைவன் கள் விலையாட்டியிடம் கள் விலையாகத் தருவதற்கு ஒரு பொருள் இல்லையாகத் தன் குடியில் உள்ள யானையின் வெண் கோட்டினை எடுத்துவரத் தன் புதல்வன் தலையை நீவுவான் (அகம். 245). மயிலிறகு மாலை அணிந்த வீரர் காட்டில் தங்கி இளைய பசுவினைக் கொன்று அதன் ஊனினைத் தின்றனர் (அகம். 249).

கள்வராகிய பகைவர் மிகுந்த கவர்த்த வழிகளில் பின்வரும் வழிப்போவார் தாம் செல்லுதற்குரிய வழி இதுவெனக் காணும் பொருட்டு முன் செல்வோர் யாமரத்தின் மேலே ஏணியைச் சார்த்திவிட்டுச் செல்வர் (அகம். 257). வில்லை உடைய வேடர்கள் கள்ளுண்டு களித்த நிலையில் அச்சந்தரும் துடியினை முழக்கினர் (அகம். 261). அச்சம் தரும் சுரவழியில் வில்வல் ஆடவர் யாமரத்தின் கிளைகளை இடமாகக் கொண்டு மறைந்து நின்று வழிபோவார் வருதிறத்தை அறிவர் (அகம். 263). வலிய வில்லையும், கொடுநோக்கையும் உடைய ஆடவர், குன்றினை அடைந்து எருதினைக் கொன்று அதன் தசைகளை நெருப்பில் இட்டுப் பேய்களைப் போல உண்பர். பின்னர் நெல்லால் செய்த தோப்பிக் கள்ளைக் குடிப்பர். புலால் நாறும் கை உடையராய்க் கழுவாத வாயினராய்ச் சிற்றூரின்கண் கோட்டான் இசைக்கக் கூத்தாடுவர் (அகம். 265).

அஞ்சாமை உடைய மழவர் ஏறுடைய பசுக்கூட்டங்களை மீட்டு அப்போரில் உயிரை விட்ட தறுகண்ணாளர்தம் நிலை பெற்ற புகழை நிலை நிறுத்துமாறு பிழைத்த மழவர்கள் நடுகற்களை அமைத்தனர். அவற்றை நீராட்டி நறுமணப் பொருள் பூசிக் கரந்தைப் பூவினைச் சூட்டினர். பின்னர்த் தம் பதி திரும்பினர் (அகம். 269). ஆறலை கள்வர் கல்லால் எறிந்ததால் கிழிந்த ஆடையையும் குடையையும் உடைய வழிச் செல்வோர் மரத்தின் உயர்ந்த கிளையில் ஏறி வழியைப் பார்த்திருப்பர் (அகம். 285). அழகிய குடியுடைய சீறூர் மக்கள் கந்துடைய பொதியிலின் கண்ணே வான் பொய்த்தமையான் நாட்பலியை இடாது மறந்தனர். ஆதலின் பலிபீடம் பொலிவற்றுக் காணப்பட்டது (அகம். 287). மறவர் வில்லிட இறந்த வழிப்போக்கர்தம் உடலை மூடிய கற்குவியலின் மீது காட்டு மல்லிகை படரும். அம்மல்லிகையின் மலர் கொண்டு நடுகல்லிற்கு நாட்பலியிட்டு வழிபாடு செய்வர் (அகம். 289). பருந்துகள் அஞ்சியோட வண்டுகள் போல் ஓசை எழுப்பிச் செல்பவரும் அம்பினையும் காண்பார் அஞ்சும்படியான தழை மாலை சூடிய தலையினையும் உடையவராயும் திகழும் மறவர்

அருஞ்சுரத்தில் வழிப்போக்கரை வருத்துவதால் அவ்வழிகளில் வணிகச் சாத்தர் செல்வதில்லை (அகம். 291). உப்புப் பொதியினை இழுத்து வந்த எருதுகள் இளைப்பாறும் பொருட்டு உமணர்கள் வன்நிலத்தைத் தோண்டிய கிணற்றுநீர் வழிச்செல்வோரின் தளர்ச்சியினைப் போக்கும் (அகம். 295). பொலிவற்ற தாடியினையும் அஞ்சாமையையும் உடைய மறவர்கள் தம் அம்பினை நடுகல்லில் தீட்டுவர். அதனால் நடுகல்லின் எழுத்துகள் தேய்ந்து மெலிந்து காணப்பட்டன (அகம். 297).

வாளால் எறிந்தும் வில்லினால் நீக்கியும் பசுக் கூட்டத்தைக் கொண்ட கடுங்கண் மழவர், பகைவரை அம்பினால் நெடுந்தொலைவு விரட்டிவிட்டுத் தெய்வம் வாழும் வேம்பின் அடியில் கொழுத்த ஆவினைப் பலியிட்டுக் குருதியைத் தெளித்து அதன் ஊனினைச் சமைத்து உண்டனர் (அகம் 309). பாலை நில வழியில் வம்பலர் அம்பு எய்துதலால் இடைவிடாது சென்றுகொண்டிருக்கும் வழிப்போக்கர் இறந்தனர். அவர்தம் உடலினின்றும் ஒழுகும் குருதியைக் காகங்கள் உண்டன (அகம். 313). காட்டில் வாழும் சிறுகுடியினர் புதர் போன்ற குடிசையின் முற்றத்தில் தேக்குமர இலையில் குவித்து வைக்கப்பெற்ற வதக்கிய ஊனினை உண்ணுவர் (அகம். 315). மறவர், கொன்றோரை நினைத்து வருத்தம் கொள்ளாது, கொல்வதற்குச் செலவான அம்புகளைப் பற்றி வருத்தம் கொள்வர் (அகம். 327) பாலை வழியில் குனிந்து செல்லும்படியான வாயிலை உடைய குடிசைகள் காணப்பெறும். அக்குடியிருப்புகள் நிறைந்த சிற்றூரின்கண்ணே உப்பு வணிகரின் பகடுகள் மணி ஒலிக்க வருந்தி இழுத்துத் துன்புறும் (அகம். 329).

இருப்பை மரத்தின் வெண்மையான பூக்களைக் குட்டிகளை உடைய கரடிக் கூட்டம் கிளைகளில் ஏறி உண்ணும். அவை உண்டது போக எஞ்சியவற்றைப் பழையர் (எயினர்) மகளிர் மூங்கில் குழாய்களில் அடைத்துக் குன்றகச் சிறுகுடித் தெருக்களில் விற்கத் திரிவர் (அகம். 331). பாலை வழியில் தூது செல்லும் பார்ப்பான் ஒருவன் கையில் வெண்ணிற ஓலைச் சுருளுடன் வந்தான். அவன் வருதிறம் பார்த்த கடுங்கண் மழவர் இவன் கையில் உள்ளது பொன்போலும் எனக் கருதி அவனைக் கொன்றனர். கொலையுண்ட பார்ப்பனனின் வாடிய விலாவினையும் கிழிந்த ஆடையினையும் பார்த்த கள்வர் கைநொடித்து அகன்றனர் (அகம். 337). கானகத்துப் பாறையிலுள்ள நடுகல்லை அவ்வழிச் செல்லும் உப்பு வணிகரது வண்டிச் சக்கரப் பூண் சிதைக்கும். அவ்வாறு சிதைந்த கூரிய உலியால் செதுக்கப் பெற்ற அந்நடுகல்லின் எழுத்துக்கள் அவ்வழிச் செல்லும் வழிப்போக்கருக்கு வேறு

பொருளை அறிவிக்கும் (அகம். 343). பாலை நிலத்துக் கவர்த்த வழிகளில் தங்கி இருக்கும் கூத்தர்கள் முழக்கிய வாத்திய ஒலி பெரிய மலைப்பக்கத்தில் எதிரொலித்தது (அகம். 359).

கொலை செய்தலைக் கொள்கையாக உடைய கொடுந்தொழில் மறவர் வழிச் செல்வோர் மார்பிலே வேலை எறிதலால் விழுப்புண் பட்டு இறந்தோர் ஊனினை உண்ட பருந்து தன் சுற்றத்தை அழைக்கும் (அகம். 363). நாணேற்றிய வலிய வில்லினையும் சிவந்த அம்பினையும் சினந்த பார்வையை யும் உடைய மறவர் அம்பு எய்தமையால் பெண்மான் இறந்தது (அகம். 371). கல்லா இளையராகிய மறவர் தம் அம்பின் விசையைச் சோதிக்கும் பொருட்டு வழிச் செல்வோர் பொருள் அற்றவராயினும் அவர்மீது அம்பெய்து கொல்வர் (அகம். 375). எறும்புகள் சேகரித்த புல்லரிசியை உணவாகக் கொள்ளும் விலங்குசிலை மறவர் பசுக் கூட்டங்களைப் பலமுறை கவர்ந்து சென்றமையால் வளஞ்சான்ற குடிமக்கள் வாழ்விழந்து குடிபெயர்ந்தனர். ஊர் மன்றம் பாழ்பட்டுக் கிடந்தது. அம்மன்றத்தின் அம்பலத்தில் நரை மூதாளர் வல்லாடும் இடம் கரையான் அரிக்கப் பொலிவற்றுக் காணப்பட்டது (அகம். 377). கடத்தற்கரிய நீண்ட வழியில் கன்றின் தோலால் செய்யப்பட்ட கூட்டினையும் சினமிக்க நாயினையும் உடைய வடுகர், வழிப் போவோரை வில்லால் கொன்று சினம் தணிவர் (அகம். 381). கொலைத் தொழில் செய்பவரும் காட்டில் மறைந்து வாழ்பவரு மான வேடருடைய அழைப்பொலி கேட்டுக் காடைப் பேடை தன் சேவலை அழைக்கும் (அகம். 389).

வேப்பமர நிழலில் கல்லாச் சிறுவர் கட்டளைக்கல் போல வட்டரங்கு அமைத்து ஆடுவர். இப்பகுதி வழியே செல்வோரை வில் கொண்டு வருத்தி உண்ணும் மழவரின் வெம்முனைச் சீறூர் விளங்கியது (நற். 3). சூரியன் மறையும் மாலைப் பொழுதில் மலைச் சாரலிடத்தேயுள்ள வன்னிலத்தில் அமைந்த சிறுகுடியில் அச்சம் மிகுந்து இருக்கும். அங்கே கல்லையுடைய குழிகளில் கலங்கல் நீர் இருக்கும். அதனை ஆறலை கள்வர் கொண்டு வருவர். அவர் மழை நீரைக் கண்டறியாதவர். குறைந்த உணவை உடையவர், இரவில் துவர் நிற ஆடையை அணிபவர் (நற். 33). உடன்போக்கின் போது கல் பரந்த காட்டு வழியில் 'கிடின்' எனும் ஓசை உண்டாகுமாறு மோதும் மறவர் அம்பினால் செய்யும் போரைத் தலைவன் வெற்றிகொண்டான் (நற். 48). பார்வை வேட்டுவன் அமைத்த வலையைக் கண்ட நெடுங்கால் கணந்துள் பறவை தனித்துக் குரலெழுப்பி அச்சமுறக் கத்தும் ஓசை பாலை வழியில் செல்லும் கோடியர் இசைக்கும் யாழிசையுடன் சேர்ந்து ஒலிக்கும் (நற். 212).

ஆறுசெல் மாக்களின் வருதிறம் நோக்கிச் செவ்விய அம்பினைத் தொடுத்த சினம் கொண்ட பார்வையினை உடைய ஆடவரின் தண்ணுமை முழங்கு குரல் கேட்ட பருந்தின் சேவல் அச்சமுற்றுத் தன் இனத்தை நோக்கி விரைந்து செல்லும் (நற். 298) மக்கள் செல்லும் சுரத்திடத்தே கொலையுண்ட பிணங்களின் தீய நாற்றம் வீசும். அவற்றைத் தோண்டி உண்ணுவதற்குரிய இடத்தைப் பெறாத புனிற்று நிலை முது பருந்து சிறகை அடித்துக் கொள்ள அதிலிருந்து உதிரும் சிறகுகளை வன்கண் ஆடவர் அம்பிலே கட்டி வைத்திருப்பர் (நற். 329). மறவர் கொன்றொழித்த பிணங்களைக் கழுகு உண்ணாதவாறு வெருட்டி நரி உண்டு பின் நீர் பெறாது வருந்தியது (நற்.352). கல்லா மழவர் விற்றொழில் விளங்கும் கவர்த்த வழிகளை உடையது அருஞ்சுரம் (நற்.387).

எறும்பு புற்றுகளைப் போன்ற குறுகிய பலவாகிய சுனைகளை உடைய பாறைகள் கொல்லனது உலைக்கல் போன்ற வெம்மை உடையவை. அவற்றின் மீது கொடுவில் எயினர் ஏறித் தம் அம்புகளைத் தீட்டிக் கூர்மையாக்குவர் (குறு. 12). கள்வர்கள் பொன்னால் புனையப்பட்ட அம்பின் கூர்மையை அறிய நகத்தால் நெருடி ஓசை எழுப்புவர். அதுபோலப் பல்லிதன் துணையை ஓசை எழுப்பி அழைத்தது (குறு. 16). பாலை வழியில் அமைந்துள்ள அழகிய குடிகளை உடைய சிற்றூரில் உறைவோர் அனைவரும் அவ்வூரை விட்டு வெளியேற அவ்வூர் வீட்டு முற்றங்கள் அணில் விளையாடிடப் பொலிவிழந்து காணப்பட்டன (குறு. 41). கொடிய பாலை நிலத்தின் அரிய வழியில் கொலைப்பட்ட வழிப்போக்கரின் உடல்களை மறைத்துத் தழையால் மூடப்பட்டுள்ள கற்குவியலானது நெடுநல் யானைக்கு இடுநிழல் ஆனது (குறு. 77). உமணர் பலர் கூடிக் கடந்த சென்ற பாக்கம் அவர் போன பின்னர் மக்கள் குடிபெயர்ந்து சென்று பாழ்பட்ட இடம் போலக் காணப்பட்டது (குறு. 124). கூரிய அரிவாளைப் போன்ற முதுகினை உடைய முதிய ஓந்தி, ஆறு செல்மாக்கள் நிமித்தம் கொள்ளும்படி விளங்கும் (குறு. 140).

பாலை நிலத்திலுள்ள ஓமை மரத்தின் கிளையில் அமர்ந்திருந்த பெடையை நீங்கிய பருந்தினுடைய புலம்பு கொண்ட ஓசை சுரவழி செல்லும் மக்களின் துன்பத்திற்குத் துணையாகும் (குறு. 207). பாலை நெடு வழிகளில் புலியானது தனக்குரிய உணவைத் திணித்து வைத்திருக்கும் புலால் நாறும் மலை முழைஞ்சுகளிடத்தே ஆறுசெல் மாக்கள் தங்கிச் சென்றனர் (குறு. 253). அம்புகளை வில்லுடன் பிடித்து உகாய் மரக்கிளையில் ஏறி வழிச்செல்வோரைப் பார்த்திருக்கும் வன்கண் ஆடவர் நீர் வேட்கை உற்றால் அம்மரத்தின் பட்டையை மென்று வேட்கையைத் தணிப்பர் (குறு. 274). கூற்றத்தை ஒத்த கொலை வேலினை

உடைய மறவர் வழிச்செல்வோர் வழியில் இருந்து பொழுது கழிந்த வழி அவர்களைக் கொல்லுவர். அவ்வாறு இறந்தோர் உடல் அழுகி நாற்றம் எடுக்கும் வரை உண்பதற்காகப் பருந்துகள் காத்திருக்கும் (குறு. 283). கொடுஞ்சிலை மறவரின் நீண்ட அம்பினது வலிய ஆற்றலாகிய பகையை மதியாமல் மாறுபட்டு உயிர் நீத்த ஆறுசெல் வம்பலர் உடல்கள் மீது சருகை இட்டு மூடிய கற்குவியல்கள் ஊரைப் போலத் தோன்றும் (குறு. 297). நீரற்ற அரிய வழியில் வழிச்செல்வோர் தொலைய மாறுபட்டு நின்ற கொடுஞ் சிலை மறவர் காட்டில் கொள்ளை கொண்டு உண்பர் (குறு. 331). பாலை நடுவழியில் இருந்த பெரும் தொகுதியையும் அழகிய சிறகுகளையும் நெடுங் கால்களையும் உடைய காணந்துள் எனும் பறவை ஆட்கள் அங்கு மறைந்திருப்பதைத் தம் குரலால் அறிவுறுத்தி வழிச்செல்லும் புதியோரை வேறு வழியில் செலுத்தும் (குறு. 350).

பெரிய வெள்ளோத்திர மரத்தின் குற்றமற்ற மலர்கள் அருஞ்சுரத்திடையே நடப்போர்க்குத் தம் தலையில் அணிந்து போகும் அணியாகும் (ஐங். 301). கல்லாக் கோவலர் தம் ஆநிரை உண்ணும் பொருட்டுத் தோண்டிய நீர்ப்பந்தலில் உள்ள நீரைக் காட்டு யானை வௌவும் (ஐய். 304). வேங்கை மலரைக் கொய்வோர் பஞ்சுரம் என்ற பண்ணைப் பாடினும் அதனைக் கேட்டு அருஞ்சுரம் செல்வோர் அஞ்சுவர் (ஐங். 311). வெயிலால் திரங்கிய பலா மரத்தின் சிறிய கனிகளை அருஞ்சுரம் செல்வோர் தின்று செல்வர் (ஐங். 351). விழுமிய அம்புகளை உடைய மறவர் வில்லினால் மாண்ட மறவர்க்கு எழுத்துடை நடுகல் நாட்டப்பட்டது (ஐங். 352). சிலை மரத்தாற் செய்த வில்லையும் அம்பையும் சிவந்த துவர் ஆடையையும் உடையவர் கொலை வில் ஆடவர் (ஐங். 363). எயினர் முள்ளம் பன்றியின் இறைச்சியை உணவாக உண்பர் (ஐங். 364). விலங்கினத்தை வேட்டையாடிக் கொன்று குவித்துத் தன்னையர் கொண்டு வந்த நிணம் பொருந்திய தசைத் துண்டங்களில் படியும் பறவைகளை எயிற்றியர் விரட்டுவர் (ஐங். 365). ஊரில்லாதனவாகவும் மழை நீர் இல்லாதனவாகவும் அமைந்த நெடு வழிகளில் வழிப்போக்கரை வருத்துவதற்காகக் காத்திருப்பவரும் அம்புகளைப் பிழையாது விடுபவருமான வன்கண் ஆடவர் அம்புவிட இறந்தோரின் புதிய கற்குவியல்கள் காணப்பட்டன (புறம்.3). மரையாவால் பிரித்து உண்ணப்பட்ட நெல்லி மரங்களால் ஆன வேலியையும் பரலுடைய முற்றத்தினையும் அழகிய குடியிருப்புகளையும் உடைய சிறூர்க்கண்ணே பகலெல்லாம் வேட்டையாடித் திரிந்த வில்லேர் உழவராகிய வேட்டுவரின் நடுவே இழிபிறப்பாளன் துடியை முழக்கிக் கொட்டுவான். அவ்வோசை புலி துஞ்சும் மலையில் பேராந்தை ஒலியோடு கூடி ஒலிக்கும் (புறம். 170).

மன்றத்தில் உள்ள விளாமரத்தின் பழம் மனையிடத்தே உள்ள முற்றத்தில் வீழ்ந்திட எயிற்றியின் காதல் மகனும் காட்டு யானையின் கன்றும் ஒன்றாக வந்து அப்பத்தை எடுப்பர் (புறம். 181). வளைந்த கொம்பினை உடைய காட்டுப்பசுவின் நடுங்குதலை உடைய கன்றினைப் புன்றலைச் சிறுவர்கள் வண்டியை ஈர்த்துச் செல்லும் கன்றாகக் கருதிப் பூட்டுவர் (புறம். 319).

காந்தள் மலரைக் கண்ணியாகச் சூடிய கொலைவில் வேட்டுவர், காட்டுப் பசுவின் இறைச்சியோடு யானையின் கொம்புகளையும் எடுத்துச் சென்று நியமமாகிய கடைத்தெருவில் கள்ளுக்கு விலையாகத் தருவர் (பதி. 30). வேட்டுவர், வழிப்போக்கரைக் கொன்று பெற்ற பொருள்களைக் கள்ளுக்கு விலையாகக் கொடுப்பர். வரகும் கொள்ளும் விளையும் வன்காட்டுப் பகுதியில் வாழும் அவர்கள் வரகு சோறன்றிச் செந்நெல் சோறு அறியார் (பதி. 75).

இதுகாறும் கூறப்பெற்ற செய்திகள் பாலை நிலத்தில் வாழ்ந்த மக்களின் வாழ்வியலை விளக்குவனவாக அமைந்துள்ளமையை அறிதல் வேண்டும். இந்த வாழ்க்கைமுறையில் குறிப்பிடத் தக்கவையாகச் சிலவற்றைத் தொகுத்து அறிதல் இந்த ஆய்விற்குத் துணை செய்யும். அவை வருமாறு:

1. சங்கப் பாடல்களில் இடம்பெற்றுள்ள பாலைத்திணை வாழ் மக்கள் மற உணர்வு மிக்கவராகவும் கொலைத் தொழில் அஞ்சாதவராகவும் விளங்கி உள்ளமையை அறிய முடிகின்றது.

2. திணைக்குடி மக்களின் ஆண்பாற் பெயர்கள் பின்வருமாறு அமைந்துள்ளன. கொடுவில் கானவன், செங்கண் ஆடவர், சீறூர் மறவர், தறுகண் ஆடவர், வில்லுடை மறவர், அத்தக் கள்வர், குறும்படை மழவர், விழுத்தொடை மறவர், கருங்கை ஆடவர், வில்லேர் உழவர், கொலைவில் ஆடவர், செங்கண் மழவர், வல்வில் மழவர், கல்லா மழவர், கொடுந்தொழில் மழவர்.

3. பாலைத் திணைக்குடி மக்களின் முதன்மைத் தொழிலாக அமைந்துள்ளது ஆறலைத்தல் ஆகும். பாலைச் சுர வழியில் செல்லும் மக்களைக் கொன்று அவர் பொருளைக் கொள்ளையிடுதல் வழக்கம். அவரால் கொலை செய்யப்பட்டோர் நிணமும், குருதியும் வழி எங்கும் பரவி நாற்றம் எடுத்தன. அம்பினால் இறந்தோர் உடலை மறவர் கற்களைக்கொண்டு மூடி உள்ளனர். இதனைச் சங்க இலக்கியம் பதுக்கை என்று குறித்துள்ளது. இவ்வாறான எண்ணற்ற பதுக்கைகள் அருஞ்சுர வழியில் அச்சத்தை

ஏற்படுத்தி மக்கள் வழக்கற்றுப் போகச் செய்துள்ளன. கையில் பொருள் இல்லை என்றாலும் மறவர் தம் அம்பின் கூர்மை அறிய வழிப்போக்கரைக் கொன்றுள்ளனர். கையில் பொருள் இல்லாதவரைக் கொல்லாமல் தப்பவிட்ட மறவர் தண்டம் செலுத்தி உள்ளனர். அம்பு குறி தவறுமாயின் தம் கையைக் கடித்துக் கொள்வது மறவரது மரபாக இருந்துள்ளது.

4. பாலைத் திணைக்குடி மறவர் வழிப்பறியில், வணிகச் சாத்துகளைக் கொன்று கொள்ளை அடித்தலே பெருஞ் செல்வத்தை அவர்களுக்குத் தந்துள்ளது. செருப்பு அணிந்த கால்களையும் பகடு ஓட்டும் கோலினையும் பாதிரி, அலரி, தாழம் பூக்களைச் சேர்த்துக் கட்டிய மாலையினையும் உடையவராக உமணர் விளங்கினர். அவர்கள் ஊரே திரண்டு வந்தது போன்று உப்பு வண்டிகள் பலவற்றுடன் பாலை வழியில் செல்வர். உப்பு வண்டிகளின் மணி ஓசையும் உமணரின் சீழ்க்கை ஒலியும் பாலை நிலம் எங்கும் எதிரொலிக்கும். இத்தகு வணிகச் சாத்துகளைத் தாக்கிய மறவர் கூட்டம் அவர்தம் தலைகளை வெட்டிக் கொன்றது. வணிகச் சாத்தைக் கொள்ளையிட்ட மறவர்கள் தம் அரண் சென்று கொள்ளைப் பொருளைப் பகிர்ந்து கொள்வர். வல்வில் மறவர் சுரநெறியில் செல்லும் சாத்து எறிந்து கொள்ளையிடப் பக்கத்தே உள்ள ஊர் மக்கள் தம் இடம் விட்டு அகன்றனர். அதனால் ஊர்கள் பாழ்பட்டுக் கிடந்தன. வீரம் செறிந்த ஆடவராகிய உமணர் மூட்டைகளைக் கழுதைகளின் மேல் ஏற்றிக் கொண்டு நிமித்தம் பார்த்தவராய் மேற்றிசை நோக்கிப் பாலை வழிப் பரற்கற்கள் உறுத்தச் செல்லுவர். அவ்வாறு செல்லும் உமணர் கூட்டத்தைக் கொலை வில் மறவர் கொன்று குவித்துப் பொருள்களைக் கொள்ளையிட்டனர்.

5. பாலை நில மக்களின் பிறிதொரு கொள்ளையிடும் தொழில் ஆநிரை கவர்தல் ஆகும். செங்கண் ஆடவர் புலிபோல உருமி முழங்கிக் கொள்ளி ஏந்திய கையராய்ப் பகைவர் ஊருக்குள் புகுந்து எதிர்பட்டோரைக் கொன்று ஆநிரைகளைக் கவர்ந்து சென்றனர். கொலைவில் ஆடவர் அவ்வாறு கவர்ந்து சென்ற ஆநிரைகளைக் காட்டரண் பக்கத்தே உள்ள பாறை முடுக்குகளில் கொன்று அதன் தசைகளை அறுத்து உண்டு சுனை நீர் பருகிப் பசி ஆறுவர். சீறூர் மக்கள் அலறவும் காட்டரண் அலறவும் ஆநிரை கவர்ந்த செங்கண் ஆடவர் வில்லிட வீழ்ந்தோர் நினைவாக ஏற்பட்ட பதுக்கைகள் சுரநெறி நெடுகக்

காணப்பட்டன. ஆநிரை மீட்டுப் பட்ட மறவர் நினைவாக ஏற்படுத்தப்பட்ட நடு கற்களுக்கு மயிற்பீலியைச் சூட்டியும் துடி முழக்கியும் நெல்லினால் சமைக்கப்பட்ட கள்ளைப் படைத்தும் செம்மறிக் குட்டியைப் பலியிட்டும் வழிபட்டனர். நடுகற்களில் பெயரும் பீடும் எழுதி நட்டதோடு, வேலும் கேடயமும் நினைவாக வைத்தனர். பாலை நெடுவழி எங்கும் இவ்வாறான நடுகற்கள் பரவி இருப்பது போர் முனையை நினைவுப்படுத்தும். சீறூர் மக்கள் தலையில் கைவைத்து அலறும்படி மழவர் ஆநிரைகளைக் கவர்ந்து சென்றனர். வல்வில் ஆடவர் எருதினைக் கவர்ந்து கொன்று அதன் தசைகளை நெருப்பில் இட்டுப் பேய்களைப் போல உண்டனர். தோப்பிக் கள்ளைக் குடித்தவராய்க் கோட்டான்கள் அலறக் கூத்தாடுவர். பசுக் கூட்டத்தைக் கவர்ந்த மழவர் கொழுத்த பசுவினைத் தெய்வம் வாழும் வேப்பமர அடியில் பலியிட்டுக் குருதியைத் தூவுவர்.

6. அடுத்துப் பாலை நில மக்களின் உருவம் பற்றிய செய்திகள் கவனத்தைப் பெறுகின்றன. வளைந்த நுண்ணிய கூந்தலை உடையவள் பாலைப் பெண். ஆடவர் வெண் கடம்ப மாலையைத் தலையிலே சூடி இருப்பர். செங்கண் மழவர் சுருண்ட மயிரினை உடையவர். இருமலுக்கு மருந்தாகப் புற்றுமண்ணை வாயில் அடக்கிக் கொள்வர். புலி போன்ற முழக்கத்தையும் சிவந்த கண்களையும் காலில் செருப்பும் உடையவர் மழவர். புலி போலும் வலிமையும் வீரக் கழலையும் உடையவர் மறவர். சீழ்க்கை ஒலி எழுப்பியும் பேய் போலப் பசுவின் இறைச்சியை உண்டும் தோப்பிக்கள் பருகியும் நடனம் ஆடுபவர். சுருண்ட முடியினையும் விரைந்து செல்லும் அம்பினையும் உடையவர். பாலை மறவர் துவராடையை அணிந்திருப்பர்.

மேலே கூறப்பெற்ற செய்திகள் பாலை நிலப் பகுதியில் தனித்த அடையாளங்களோடு கூடிய மறவர் வாழ்ந்துள்ளனர் என்பதை விளக்கி உள்ளன. மறவர், மழவர் என்று சுட்டப் பெறும் இவர்கள் எயினர் எனவும் அழைக்கப்பட்டனர். கொடும் வறட்சியும் மிகு வெப்பமும் நிலவிய நிலப்பகுதியாக இப்பகுதிகளை அறிய முடிகின்றது. இங்கு வாழ்ந்த மக்கள் கொலைத் தொழிலுக்கு அஞ்சாதவராகவும் கொள்ளையிடுவதில் தேர்ந்தவராகவும் காணப்பட்டனர். ஆநிரைகளைக் கவர்ந்து வருதல் அவற்றைப் பலியிட்டும் கொன்றும் ஊனைச் சமைத்து உண்ணுதல், வணிகச் சாத்துகளைக் கொன்று பொருட்களைக் கொள்ளையிடுதல் வழிப்போவோரிடம் பொருள் இல்லை எனினும் அவரைக்

தொல்காப்பியம்

கொலை செய்தல் என இந்நில மக்களின் வாழ்வியல் அமைந்த பாங்கினை அறிய முடிகின்றது.

பாலை: இல்லாமையும் இருப்பும்
பாலைத்திணை பற்றிய சமூக வரலாற்று ஆய்வு

தமிழ் இலக்கிய இலக்கண வரலாற்றில் பொருள் இலக்கண மரபு என்பது தொல்காப்பியத்திலேயே முழுமையைப் பெற்று விட்டது என்று கூறுவதற்கு இயலாது. தொல்காப்பியத்தில் இடம்பெற்றுள்ள அக இலக்கண மரபாகட்டும் புற இலக்கண மரபாகட்டும் இரண்டுமே தொல்காப்பியர் காலத்திற்கு முன்பும் தொல்காப்பியர் வாழ்ந்த காலத்தும் வழக்கில் இருந்த மரபுகளாகும். இம்மரபுகளை மட்டும் தொல்காப்பியப் பனுவலில் அவர் குறிப்பிட்டு இருக்க வேண்டும். தொல்காப்பியர் காலத்திற்குப் பின்பு வந்த இலக்கண மரபுகளைப் பின்வந்தோர் ஒரு முழுமை கருதியோ வேறு நிலைப்பாடு கொண்டோ இடைச்செருகலாகச் சேர்த்திருக்க வேண்டும்.

சான்றாகச் சிலவற்றை இங்கே சுட்ட முடியும். கைக்கிளை அகத்திணையின் பாற்பட்டது என்பதும் அது ஆண்பாற் கைக்கிளை என அழைக்கப்பெறும் என்பதும் தொல்காப்பியர் கருத்து. ஆனால், கைக்கிளை மரபு பின்னாளில் பலவாகப் பரிணமித்துள்ளதை இலக்கிய இலக்கண வரலாறு பதிவு செய்துள்ளது.

கைக்கிளை

அகத்திணை – ஆண்பாற் கைக்கிளை – தொல்காப்பியம்

புறத்திணை – பெண்பாற் கைக்கிளை – புறநானூறு

அகத்திணை – ஆண்பாற் கைக்கிளை – கலித்தொகை

அகப்புறத்திணை – இருபாற் கைக்கிளை – புறப்பொருள் வெண்பாமாலை

இயற்கைப் புணர்ச்சிக்குமுன் நிகழ்வது
அதாவது களவியல் முன் ஒட்டு – நம்பி அகப்பொருள்

ஆகக் கைக்கிளை அகத்திணை என்பது தொல்காப்பியர் கருத்து. அது பின்னாளில் புறத்திணையாகவும், களவியல் எனும் கைகோள் மரபின் முன் ஒட்டாகவும் பரிணாம வளர்ச்சியைப் பெற்றுள்ளதை உணர வேண்டும். கைக்கிளை வரலாற்றை ஆராய்வோர் இவ்வாறான பரிணாம வளர்ச்சியையும் உடன் இணைத்து ஆராய்தல் வேண்டும்.

தவிரத் தொல்காப்பியரே தமது நூல் ஆக்கத்தின்போது முன்னோர் கருத்திற்கு முதன்மை தந்தும் பின் வந்த கருத்துகளை இணைத்தும் தொல்காப்பியத்தை உருவாக்கி இருப்பதை உணர முடியும். சான்றாக ஐந்து திணை வாழ் மக்களின் திணைநிலைப் பெயர்களைக் கூற வந்த தொல்காப்பியர்

> ஆயர் வேட்டுவர் ஆடூஉத் திணைப்பெயர்
> ஆவயின் உரூஉம் கிழவரும் உளரே (தொல். அகம். 23)

என்றும்

> ஏனோர் மருங்கினும் எண்ணுங் காலை
> ஆனா வகைய திணைநிலைப் பெயரே (தொல். அகம். 24)

என்றும் நூற்பாக்களைப் படைத்துள்ளார். ஐந்திணை மக்கள் பெயர்களுள் மூன்று திணைகளுக்கு மட்டுமே ஆண்பாற் பெயர்களாகச் சிலவற்றைச் சுட்டி உள்ளார். பாலைத்திணை, நெய்தற்றிணை, ஆண்பாற் பெயர்களை அவர் சுட்டிச் செல்ல வில்லை. முல்லை, குறிஞ்சித் திணைநிலைப் பெயர்கள் தொல்காப்பியர் காலத்திற்கு முன்பே வழக்குப் பெற்றுவிட்ட பெயர்கள். மருத நிலப் பெயர் அதற்கும் பின்பாக உருவான பெயர். நெய்தல் பாலைப் பெயர்கள் இனி உருவாக்கப்பட வேண்டிய பெயர்கள். இவ்வாறு பொருள் கொள்ளும் வகையில் நூற்பாக்கள் அமைந்துள்ளமையை அறிதல் வேண்டும். ஆகத் திணைநிலைப் பெயர்களைப் பொறுத்தவரை தொல்காப்பியர் காலத்திற்கு முன்பும் அவர் காலத்தும் வகைப்பெற்ற பெயர்களை மட்டுமே வெளிப்படையாக வகைப்படுத்தி, வகைப்பாடு பெறாத அல்லது பெற வேண்டிய நிலையில் உள்ள பெயர்களை வகைப்படுத்திக்கொள்ள வேண்டும் என்னும் கருத்துப்பட அவர் கூறி உள்ளதை அறிய முடிகின்றது.

இவ்வாறான வரலாற்றுத் தன்மையிலான பரிணாமவியல் கோட்பாட்டை மனத்துள் கொண்டு தொல்காப்பியப் பாலைத் திணையை ஆராய வேண்டி உள்ளது.

தொல்காப்பியத்தில் இடம்பெற்றுள்ள பாலைத்திணை மரபுகளையும் அவற்றிற்கு உரையாசிரியர்கள் தந்த விளக்க உரைகளையும் இரண்டையும் இணைத்துப் பிற்கால அறிஞர்கள் நிகழ்த்திய ஆய்வுகளையும் புரிந்துகொள்ள வேண்டுமாயின் மூன்று படிநிலை குறித்த ஆராய்ச்சியை நிகழ்த்த வேண்டி உள்ளது. அம்மூன்று படிநிலைகள் வருமாறு:

படிமலர்ச்சி நிலை ஒன்று – தொல்காப்பியர் காலப் பாலைத்திணை

படிமலர்ச்சி நிலை இரண்டு – சங்க காலப் பாலைத்திணை

படிமலர்ச்சி நிலை மூன்று – பேரரசுகாலப்பாலைத்திணை

இனிவரும் பகுதி இவற்றை ஆராய்வதாக அமையும்

படிமலர்ச்சி நிலை ஒன்று: தொல்காப்பியர் காலப் பாலைத்திணை

தொல்காப்பியர் காலத்தும் அவர்க்கு முந்தைய காலத்தது மான பாலைத் திணையைப் பொருள் கொள்வதற்கும் சங்க இலக்கியக் காலப் பாலைத்திணையைப் பொருள் கொள்வதற்கும் வேறுபாடுகள் உண்டு. தொல்காப்பியர் காலத்ததும் அவர்க்கு முந்தைய காலத்ததுமான தமிழ்ச் சமூக அமைப்பை வரலாற்றிற்கு முற்பட்டதாகக் கொண்டு கணக்கிடுதல் வேண்டும். இவ்வாறான சமூக அமைப்பை வேட்டைச் சமூகம், கால்நடை வளர்ப்புச் சமூகம் என்பதாக வகைப்படுத்துவது மானுடவியல், சமூகவியல் ஆய்வாளர்தம் மரபாகும். வரலாற்றிற்கு முற்பட்ட காலத்து உலகப் பழைய சமூகங்கள் இவ்வாறான நிலைகளைக் கடந்தே வந்துள்ளன என்பது இன்று ஏற்றுக்கொள்ளப்பட்ட தத்துவமாகும். தமிழரின் புராதனச் சமூக அமைப்பு வேட்டையாடுதலையும் உணவு சேகரித்தலையும் முதன்மையாகக் கொண்டிருந்தது. மலையும் மலை சார்ந்த பகுதியும் மக்களின் வாழிடமாக இருந்தது. உணவாகத் தேன், தினை மாவு, கிழங்குகள், வேட்டையாடப் பட்ட மிருகங்கள் இவையே கொள்ளப்பெற்றன. பொதுவுடைமை நிலவிய இனக்குழு வாழ்க்கைமுறையில் பாதீடு என்னும் பகுத்துண்ணும் நெறி ஓங்கியிருந்தது. இவ்வாறான தமிழ்ச் சமூக அமைப்பைத் தொல்காப்பியம் குறிஞ்சித் திணை எனும் பெயரில் கவிதை இயலாக ஆக்கித் தந்தது. இக்குறிஞ்சிச் சமூக அமைப்பில்தான் களவு வாழ்க்கையும் அதன் நீட்சியான உடன்போக்கும் நிகழ்ந்தேறின. இயற்கைப் புணர்ச்சி, இடந்தலைப்பாடு, பாங்கற் கூட்டம், பாங்கியிற் கூட்டம் எனத் தொல்காப்பியம் இவற்றை விவரித்துரைத்தது. இக்கவிதை மரபை உள்ளடக்கமாகக் கொண்டு நிலம் சார்ந்த அதாவது மலை, காடு, வயல், கடற்கரை சார்ந்த பாடல்கள் புனையப் பெற்றன. இவற்றையே சங்கப் பாடல்களாக அறிய முடிகின்றது.

இதனை அடுத்துத் தோன்றிய அல்லது குறிஞ்சி வாழ்முறை யிலிருந்து கிளைத்த சமூக அமைப்பாக ஆநிரை உடைமைச் சமூகத்தைக் கொள்ளுதல் வேண்டும். இதனைத் தொல்காப்பியம் முல்லைத்திணை என்றழைத்தது. இவ்வாறான இரண்டு நிலைப்பட்ட திணை வாழ்க்கை முறையில் பாலைத்திணை முறை எவ்வாறு உணரப்பட்டது, அல்லது எவ்வாறு தேவைப்பட்டது, தேவைக்கு ஏற்பத் தொல்காப்பியர் கருத்துகளை வரையறை செய்துள்ளாரா என்ற வினாக்கள் எழுகின்றன.

சங்க இலக்கிய மரபுப்படி பாலைத்திணைப் பின்புலத்தில் பாடுவதற்குரிய பொருளாகப் 'பிரிவு' எனும் உரிப்பொருள் கொள்ளப் பெற்றுள்ளது. இப்பிரிவு வகைகளாகத் தொல்காப்பியம் ஓதல், பகை, தூது, பொருள், உடன்போக்கு ஆகியவற்றை வரையறை செய்துள்ளதை அறிய முடிகின்றது. இவற்றுள் ஓதல், பகை, தூது ஆகிய பிரிவுகள் பற்றிச் சங்க இலக்கியங்களில் பதிவுகள் ஏதும் இல்லை என்றே கொள்ள வேண்டும். தவிர இம் மூன்று பிரிவுகளின் தேவை குறிஞ்சிச் சமூக அமைப்பிற்கு இல்லாமல் இருந்தது என்பது முதன்மையானது. வேட்டை வாழ்க்கையும் உணவு சேகரிப்பு வாழ்க்கையும் கொண்ட புராதன வாழ்க்கை முறையில் வேதம் ஓதுவதற்காகவும், அரசன் படைமேற் செல்லும்போது போர் புரிவதற்காகவும், இரு அரசுகளுக்கு இடையே தூது செல்வதற்காகவும் ஆன சமூக அமைப்பு உருவாகவில்லை என்பதே சமூகப் பரிணாமவியல் தரும் படிப்பினை. அப்படி ஆயின் புராதனச் சமூக அமைப்பில் ஓதல், பகை, தூது பற்றிப் பேசுவதற்கோ எண்ணுவதற்கோ இடமே இல்லை என்பதை உணர வேண்டும். இம்மூன்றுமே பேரரசு சமூக அமைப்பிற்கு உரியவை.

இவ்வாறே பொருள்வயின் பிரிவையும் கொள்ளுதல் வேண்டும். குறிஞ்சிச் சமூக வாழ்க்கை முறை பொதுவுடைமை சார்ந்த தன்னிறைவு பெற்ற சமூக அமைப்பு ஆகும். குறிஞ்சிச் சமூகப் பொருள் வளம் என்பது மிக எளிய அமைப்பைக் கொண்டது. உணவு கிடைத்தால் அனைவரும் பகிர்ந்துண்ணும் நெறி போற்றப்பட்டது. அனைவருக்குமான வேலைப் பிரிவினை நிலவி இருந்தது. எனவே பொருள் தேடி நெடுந்தொலைவு பிரிய வேண்டிய தேவை தோன்றவில்லை. கிடைப்பதை உண்டு மகிழ்ந்து வாழ்ந்தனர். உடைமையோ அல்லது பொருளாதார ஏற்றத்தாழ்வோ, வறுமை, செல்வ வளம் எனும் முரண்பாடோ தோன்ற வாய்ப்பில்லை. எனவே, பொருள் தேடி யாரும் பிரிய வேண்டிய தேவையும் இல்லை. ஆக, ஓதல், தூது, பகை, பொருள் ஆகியவற்றுக்காகப் பிரியும் பாலைப்பிரிவு பிற்காலத்து என்று உணர வேண்டும்.

தொல்காப்பியர் கூறிய பாலைத்திணை என்பது 'உடன்போக்கு' என்னும் பொருண்மையைப் பாடுவதற்கு மட்டுமே ஆகும்.

வரலாற்றிற்கு முற்பட்ட காலத்தில் தோன்றிய களவுவாழ்க்கை யில் காதலர்களின் புலப்பெயர்வு என்பது உடன்போக்காக மட்டுமே இருந்தது. ஓர் இனக்குழுவிலிருந்து இன்னும் ஓர் இனக்குழுவிற்கு அதாவது தலைமகளின் சீறூரில் இருந்து தலைமகனது சீறூர்க்குத் தலைவியை அழைத்துச் செல்லும்

புலப்பெயர்வு மட்டுமே பழைய களவு வாழ்க்கையில் இடம்பெற்றிருக்க வேண்டும். இரண்டு இனக்குழுவிற்கும் இடைப்பட்ட பகுதி பெரும் பாலை நிலப் பகுதியாக இருந்திருக்க வாய்ப்பில்லை. வணிகச் சாத்துகள் செல்லும் அளவிற்கான பெருவழிப் பாதைகள் அமைந்தமைக்கும் வாய்ப்பில்லை. ஒன்று குறிஞ்சி நிலத்தின் பகுதியாகவோ அல்லது முல்லை நிலத்தின் பகுதியாகவோ இருப்பதற்கே மிகுதியும் வாய்ப்பு. இடைப்பட்ட பகுதியில் வேறு சில சீறூர்களும் அல்லது இனக்குழுக்களும் இருந்திருக்க வாய்ப்புண்டு. அப்பகுதி மக்களே 'இடைச்சுரத்துக் கண்டோர்' எனும் பெயரில் கூற்று நிகழ்த்துபவர்களாக அமைந்திருக்க வேண்டும். இடைப்பட்ட வழி பாதுகாப்பற்ற விலங்குகள் இயங்கும் வழியாகவும் அவ்வழியிடையே தலைமகள் உறவினர் பின்தொடர்ந்து வந்து தலைவியை மீட்டுச் செல்வதும் சில நேரங்களில் மரணம் வாய்க்கப் பெறுவதுமான நிகழ்வுகள் நடைபெறும் வழியாகவும் அது இருந்திருக்க வேண்டும்.

இவ்வாறான நிகழ்வுகளை விவரிக்கவே தொல்காப்பியர் பாலைத் திணையை உருவாக்கினார் என்று முடிவுரைப்பது பொருத்தமாகலாம். இந்நிகழ்வுகள் நடைபெறத் தனித்த நில அமைப்பு தேவை இல்லாததையும் சுட்டுதல் வேண்டும். எனவேதான் தொல்காப்பியர் பாலைக்கு எனத் தனி நிலம் இல்லை என்று கூறினராதல் வேண்டும். உரையாசிரியர் சிலரும் குறிஞ்சி முல்லை இரண்டின் எல்லையை ஒட்டிய பகுதியே பாலைக்கு நிலம் என்று கூறியதையும் மேல் கருத்தோடு இணைத்து நோக்குதல் வேண்டும்.

இப்பகுதியின் நிறைவாக ஒன்றைக் கூறிட வேண்டும். தொல்காப்பிய அகத்திணையியலில் அனைத்துப் பிரிவுகளிலும் தலைவன் நிகழ்த்தும் கூற்று பற்றிய ஒரு நூற்பா அமைவு பெற்றுள்ளது. அந்நூற்பாவில் உடன்போக்கு, பொருள்வயின் பிரிவு, ஓதற்பிரிவு, தூதிற்பிரிவு, வினைவயிற் பிரிவு, காவற்பிரிவு, பரத்தையிற் பிரிவு பற்றிய விளக்கங்கள் இடம்பெற்றுள்ளன.

இவ்வாறு கூறப்பட்ட அனைத்துப் பிரிவுகளுமே பிற்காலப் படிமலர்ச்சியில் உருவானவை என்று கொள்வது பொருத்த மானது. தொடக்க களவியல் காலத்தில் உடன்போக்கு மட்டுமே தோன்றியிருக்க ஏனைய பிரிவுகள் அடுத்தடுத்த காலக்கட்டத்தில் உருவாயிருக்கக்கூடும். இந்நூற்பாவில் பொருள்வயின் பிரிவு பற்றி வரும் கருத்துகள் குறிக்கத்தக்கவை.

நாளது சின்மையும் இளமையது அருமையும்
தாளாண் பக்கமும் தகுதியது அமைதியும்
அன்பினது அகலமும் அகற்சியது அருமையும்
ஒன்றாப் பொருள்வயின் ஊக்கிய பாலினும் (தொல். அகம். 44)

இந்த நூற்பா பொருள் தேடல் என்னும் வினைக்கு முதன்மையையும் சமூகத்தில் அதன் இன்றியமையாமையையும் அதே நேரம் காதல் இன்பத்தின் முதன்மையையும் வலியுறுத்தக் காணலாம். தலைமகன் இருதலைக் கொள்ளி எறும்புபோலப் பொருள் நாட்டத்திற்கும் இன்ப நாட்டத்திற்கும் இடைப்பட்ட பகுதியில் நின்று தடுமாறும் மனநிலை விவரிக்கப்பட்டுள்ளது என்றாலும் இறுதியில் பொருள் பக்கமே அவன் மனம் சாய்வு கொள்கிறது. இவ்வாறான பொருள் தேடலின் தேவையும் நெடுந்தொலைவுப் பயணமும் நெடுங்காலப் பிரிவும் குறிஞ்சிச் சமூக அமைப்பிற்கு உரியதல்ல; மாறாக இவை பிற்காலப் பொருள் உடைமைச் சமூக அமைப்பிற்குரியவை என்று அமைதி கூற முடியும்.

ஆகத் தொல்காப்பியர் காலத்து அகப்பொருள் மரபிற்குப் பாலைக்கெனத் தனித்த நிலம் தேவை இல்லாமல் இருந்தது என்பதும் பாலைத்திணையின் ஒழுக்கமாக உடன்போக்கு இருந்ததே தவிரப் பொருள் வயிற் பிரிவு இல்லை என்பதும் ஆய்வு முடிவாகக் கொள்ளுதல் வேண்டும்.

படிமலர்ச்சி நிலை இரண்டு: சங்க காலப் பாலைத்திணை

பாலைத்திணையின் அடுத்தகட்ட படிமலர்ச்சி என்பது தமிழ்ச் சமூகம் உடைமைச் சமூகமாக உருமாற்றம் அடைவதிலிருந்து தொடங்குவதாகக் கூறமுடியும். வேட்டை மற்றும் உணவு சேகரிப்புச் சமூகமாக அமைந்திருந்த புராதனத் தமிழ் நாட்டில் நூற்றுக்கணக்கான இனக்குழுக்கள் செழித்து இருந்தன. இக்குழுக்களைக் கைலாசபதி (1966) ஒளியர், ஆவியர், கோசர், அதியர், அருவர், மழவர், வழுதியர் எனும் பெயர்களில் குறித்துச் செல்வதை உணர முடியும். புராதனப் பொதுவுடைமைச் சமூகமாக இருந்த தமிழகம் மெல்ல மெல்ல அடுத்த கட்ட வளர்ச்சியை நோக்கி நகரத் தொடங்கியது. வேட்டை, உணவு சேகரிப்பு நிலையிலிருந்து கால்நடை வளர்ப்பு, பராமரிப்பு என்பதாக அச்சமூகம் மையங்கொண்டது. இது, கி.மு.10 நூற்றாண்டிற்கு முன்பாகவே தோற்றம் கொள்ளத் தொடங்கி விட்டது என்று கூற முடியும். ஏனெனில் கி.மு. 9 முதல் கி.மு. 3 வரையிலான பெருங்கற்படைக் காலம் என்பது ஆநிரையை முதன்மையாகக் கொண்டது என்பது அறிஞர் முடிவு (கா. ராஜன் 2004). ஆநிரை வளர்ப்பும் பெருக்கமும் செல்வச் செழிப்பிற்கு அடையாளமாக மாறியிருந்தன. இந்தச் சமூக அமைப்பின் செல்வந்தர்கள் புதியவர்கள் அல்லர். ஏற்கனவே குறிஞ்சிச் சமூக அமைப்பில் வாழ்ந்த இனக்குழுவினரே ஆவர். செல்வச் செழிப்பு ஒருவகைச் சமூக ஏற்றத் தாழ்வுகளை உருவாக்கி இருத்தல்

வேண்டும். இரும்பு உலோகம் முதலிய புதிய கண்டுபிடிப்புகளும் ஆநிரை உடைமைச் சமூக அமைப்பில் இருந்து வேளாண்மை கண்டுபிடிப்பும் அதன் வழி மிதமிஞ்சிய செல்வச் செழிப்பும் அதன் வழி வணிக உருவாக்கமும் என இவ்வாறான புரட்சிகளின் ஊடாகப் பெரும் ஏற்றத்தாழ்வுகள் ஏற்பட இனக்குழுக்களுக்கு இடையே பெரும் மோதல்கள் ஏற்பட்டன. இவ்வாறான புரட்சியே சமூகத்தை அடுத்தக்கட்ட வளர்ச்சி நோக்கித் தள்ளியது என்று மார்க்சீய அறிஞர் எங்கெல்ஸை மேற்கோள் காட்டிக் கைலாசபதி (1966) ஆராய்ந்துள்ளதை இங்கே மீண்டும் மனத்துள் கொள்ள வேண்டும். இவற்றின் விளைவாக நிகழ்ந்ததைக் கைலாசபதி (1966) பின் வருமாறு சுட்டுவர்.

இப்புரட்சியின் விளைவாகச் சிதறிக் கிடந்த குலங்கள் ஒன்றுடன் ஒன்று மோதின; சில குலங்கள் உயர்ந்தன; சில குலங்கள் தாழ்ந்தன; சில அழிந்து போயின; சில புதியதாகக் கூட்டுச் சேர்ந்தன; மாடுபிடி சண்டையினாலும், ஊர்க் கொள்ளையினாலும், குலங்கள் கலப்பதனாலும் நாளடைவில் அரசுகள் தோன்றின. நூற்றுக்கணக்கான குலங்களிலிருந்து காலப்போக்கில் தமிழகத்தில் மூன்று முடியுடை அரசுகள் தோன்றின. வேந்தர்கள் தோன்றினர். தமிழகம் நாகரிக உலகில் நுழைந்தது. இவ்வாறு இனக்குழுக்களிலிருந்து அரசு தோன்றுவதை விவரிக்கும் கைலாசபதி எங்கெல்ஸின் கூற்று ஒன்றையும் மேற்கோள் காட்டுவர்.

(அரசு உருவாக்கத்தில்) தொடர்புடைய கிளைகளின் கூட்டணி இன்றியமையாததாகின்றது. இக்கூட்டணி (அரசு) கிளைகளின் நிலப்பரப்பின் கூட்டமைப்பாகவும் அமையவே ஒரு தேசம் உருவாகிறது. (இனக்குழு) மக்களின் தலைவன் தவிர்க்க முடியாதவாறு நிரந்தரத் தலைவனாக (அரசனாக) ஆகிறான்.

இவ்வாறான உருவாக்கத்தில் அழிந்து போன இனக்குழுக்கள், சிதறிப் போன இனக்குழுக்கள் அவற்றின் குலப்பெருமை, பண்பாட்டுக் கூறுகள், சமயக் கருத்தியல் முதலிய அனைத்தும் விளிம்பு நிலைக்குத் தள்ளப்பெற்றதை உணர வேண்டும். விளிம்பு x மையம் என்ற எதிர்மைப் பண்பு கொண்ட கருத்தியலை அடிப்படையாகக் கொண்டு சங்க காலப் பாலைப் பண்பாட்டை ஆராய்தல் நன்று. இனக்குழு அழிவு அல்லது ஆக்கம் என்பது மனித அழிவிலிருந்தும் இயற்கை அழிவிலிருந்தும் பொருள் அழிவிலிருந்தும் உருவானதே ஆகும். அதிகாரம் – தலைமை – அரசு ஆகியவற்றின் துணையோடு உருவான குறுநில, அரசு அமைப்புகள் ஒருபுறமும் இவற்றால் பாதிக்கப்பட்ட அலைக்கழிக்கப்பட்ட

விளிம்பு நிலை அமைப்புகள் ஒரு புறமும் சங்கச் சமூக அமைப்பில் வெளிப்படையாகத் தோன்றி நிற்பதை உணர முடியும். கொலை, கொள்ளை, அழிப்பு என்பது அன்றைய சமூகத்தின் பொதுமைப் பண்பு, வீரயுக காலத்தின் பொதுப்பண்பும் இதுவே. உலகெங்கும் உள்ள புராதன வீரயுகக் காலப் பண்பாட்டை ஆராயும்போது இதனை நன்கு உணர முடியும். கொலை – கொள்ளை – அழிப்பு இவற்றை அதிகார வர்க்கம் அரச வர்க்கம் மேற்கொள்ளும் போது அது வெற்றியாகவும் வாகையாகவும் புலவரால் கொண்டாடப் பெற்றுள்ளது. இவற்றையே விளிம்புநிலை அமைப்பு மேற்கொள்ளும்போது 'ஆறலைத்தல்' எனவும் 'கொடியோர்' எனவும் இகழ்ந்துரைக்கப்பட்டது. புரட்சிகரமான இச்சமூக அமைப்பில் விளிம்புநிலைக்குத் தள்ளப்பட்டோரே பாலை நில மக்களாகவும் அவர்கள் வாழ்ந்த இடம் அல்லது இடம் விட்டு இடம் நகர்ந்த இடம் பாலை நிலமாகவும் சங்கச் சான்றோரால் புனையப் பெற்றுள்ளதை அறிய முடிகின்றது.

சங்க இலக்கியங்கள் சுட்டுகின்ற பாலைத் திணைப் பண்பாடும் மூன்று வளர்நிலைகளுக்குரியதாகக் கருதுதல் வேண்டும். அவை

1. ஆநிரை கவர்தல்

2. பொருள்களைக் கவர்தல்

3. வணிகச் சாத்துகளைக் கவர்தல்

தனியுடைமை தோற்றம் கொண்டு ஆநிரை செல்வ மாகக் கொள்ளப் பெற்ற கி.மு.விற்கு முற்பட்ட சமூக அமைப்பில் விளிம்புநிலைக்கு உரியவர்களாகவும் வறுமை வயப்பட்டவர்களாகவும் திகழ்ந்த பாலைத் திணைக் குடியினர் ஆநிரைகளைக் கவர்ந்து வந்து தம் உணவுத் தேட்டத் தேவையை நிறைவு செய்ய முற்பட்டனர். இவ்வாறான பாலைத்திணைக் குடியினர் புராதன தமிழ்ச் சமூகத்துக் குறிஞ்சி, முல்லைத் திணைக்குரியவர்களாக இருந்து விளிம்பு நிலைக்கு உள்ளாக்கப்பட்டவர்கள் என்றும் கூற முடியும். முல்லைத் திணை எனும் போது இதன் தொடக்க நிலையைக் கருதுதல் வேண்டும்.

ஆநிரை உடைமைச் சமூக அமைப்பிலிருந்து ஒருபடிமலர்ச்சி நிலையாக வேளாண்மைச் சமூகம் உருப்பெறுகின்றது. வேளாண் விளைச்சல் பெரும் செல்வ நிலையை உருவாக்கியது. மன்னர்கள் காடு கொன்று நாடாக்கிக் குளம் தொட்டு வளம் பெருக்கினர். வேளாண் உபரி உற்பத்தி தனியுடைமையின் மையமாகவும் மாறிப் போனது. ஏழை – பணக்காரன், இரப்பவன் – வள்ளல், வறுமை – செல்வம் எனும் இணை முரண்கள் சமூகத்தில் தோன்றி

நிலைத்துவிட்டதைச் சங்க இலக்கியங்களும் அற இலக்கியங்களும் சுட்டி உள்ளதை நினைவுகூர்தல் வேண்டும். செல்வ வளம் உள்ளவனும் தம் சுற்றத்தையும் நட்பையும் புரக்க வேண்டி இருந்தது. அறவோர்க்கு அளித்தலும் அந்தணரை ஓம்புதலும் துறவோரை எதிர்கொண்டு தொண்டு ஆற்றலும் விருந்தினரை எதிர்கொள்ளவும் பெருஞ்செல்வம் தேவைப்பட்டபோது பொருள்தேடித் தலைவர்கள் செல்ல முற்பட்டனர். வேளாண்மை நாகரிகம் தொழில் நாகரிகமாகக் கி.மு.விற்கு முன்பே செழித்திருந்ததை இன்றைய தமிழ்நாட்டு அகழாய்வுகள் தெரிவிக்கின்றன. தொழிற்சாலைகளில் உருவான அணிமணிகளும் வணிக நிமித்தம் அயல் தேசங்களுக்குக் கொண்டு செல்லப் பெற்றிருக்க வேண்டும்.

இச்சூழலில் பாலைப்பகுதியில் வசித்து வந்த விளம்புநிலை மக்களாகிய பாலைமறவர் வழிச் செல்வோரைக் கொன்று அவர்தம் பொருளைக் கவர்ந்து சென்றிருக்க வேண்டும்.

இதன் நீட்சியாகத் தனிமனிதச் செலவு என்பது சாத்துகளாகப் படிமலர்ச்சியைப் பெற்றது.

வணிகச் சாத்துகள் தமிழ்நாட்டின் வடக்கே மொழிபெயர் தேயம் நோக்கித் தம் பொருள்களை விற்பனைக்காகக் கொண்டு சென்றன. தொடக்க காலங்களில் சாத்துகள் பாலை வழியைக் கடக்கும்போதும் பெரும் உயிர் இழப்புகளையும் பொருள் இழப்புகளையும் சந்தித்திருக்க வேண்டும். விளைவாக அடுத்த நிலையில் காவலர், காவல் மறவர் புறம் சூழ வணிகச் சாத்துகள் பாலை நிலைத்தைக் கடந்து சென்றிருக்க வேண்டும் என்பதைச் சங்கப் பாலைப்பாடல்கள் பதிவு செய்துள்ளன.

படிமலர்ச்சி நிலை மூன்று: பேரரசு காலப் பாலைத்திணை

பேரரசு காலப் பாலைக்குடியினர் மைய அரசுக்குக் கட்டுப்பட்ட அல்லது மைய அரசை ஏற்றுக்கொண்ட குடிமக்களாக ஏற்றம்பெற்றனர். இதன் வழி இவர்தம் குடியும் மேனிலையாக்கம் நோக்கி மெல்ல நகரத் தொடங்கியது. இதனைப் பின்வருமாறு அறியலாம்.

பேரரசு உருவாக்கமும் பாலைக்குடியினரின் மேனிலையாக்கமும்

பாலைத் திணைக்குடி மக்களாகப் பொருளிலக்களை நூல்கள் சுட்டுவது எயினர் எயிற்றியர் ஆகியோர் மட்டுமே. ஏனைய பெயர்கள் பொதுப்பெயர் எனும் வகையில் பொருண்மைபடத் தக்கவை. சங்க இலக்கியங்கள் பாலைத்திணை மக்களாக மழவர், வடுகர், மறவர், ஆடவர், இளையர் முதலிய பெயர்களைச்

சுட்டியுள்ளதை அறிய முடிகின்றது. இவர்களுள் மறவர், ஆடவர், இளையர் ஆகிய பெயர்களை ஆண்பாற் பொதுப்பெயர்களாகவே கொள்ளுதல் வேண்டும். பாலைத்திணைக் குடிகளாகப் பெரிதும் அறியப்பட்ட மழவர், வடுகர் முதலியோர் வடமேற்கு, வடக்குப் பகுதிகளைச் சேர்ந்தவர்களாக அறிய முடிகின்றது. எந்த மன்னனின் ஆணைக்கும் அடங்கி நடக்காத மழவர் குடியைச் சேர்ந்த மறவர்கள் வடக்கே வேங்கடமலைப் பகுதியில் வாழ்ந்திருந்தனர் என்றும் தமிழ்நாட்டின் தெற்கு மேற்குப் பகுதிகளிலும் மழவர் இனம் இருந்தது என்றும் இவர்கள் மிக வலிமை மிக்கவர்கள் என்றும் ஒரு காலத்தில் இவர்கள் ஆநிரைகளைக் கவர்தல், வழிப்பறி செய்தல், கொலை செய்தல் முதலிய செயல்களில் ஈடுபட்டுள்ளனர் என்றும் பின்னாளில் சேரர்க்கும் அதியர்க்கும் பிற மன்னர்க்கும் மெய்க்காப்பாளர் ஆயினர் என்றும் இதனால் சேரர் மழவர் மெய்ம்மறை என்று அழைக்கப்பட்டனர் என்றும் பிறகு சோழ நாட்டில் நிலையாகத் தங்கி வாழ முற்பட்டனர் என்றும் மொ.அ. துரையரங்கசாமி (1960) கருதுவர்.

இதேபோல் வடுகர் என்பார் பற்றியும் சங்க இலக்கியங்கள் குறிப்பிடுவதை அறிய முடிகின்றது. கடுஞ்சினம் உடையவர் என்றும் கல்லா நீண்மொழிக் கதநாய் வடுகர் என்றும் கடும் போர் மறவர் என்றும் அவர்களின் தலைவன் எருமை என்பவன் ஆவான் என்றும் அவனது நண்பன் கட்டி என்பவன் நாடும் அருகருகே உள்ளவை என்றும் இவர்தம் நாடுகள் வேங்கடத்திற்கு வடக்கே மொழி பெயர் தேயமாக அமைந்தவை என்றும் மொ.அ. துரையரங்கசாமி (1960) கருதுவர்.

இவர்களே அன்றி முன்பு குறிப்பிட்டது போல வேறு பல இனத்தவரும் பாலைக் குடிகளாக வாழ்ந்துள்ளனர் என்பதை அறிதல் வேண்டும்.

தமிழ்நாட்டில் வணிகச் சமூகம் உருவாகி அதன் வளர்ச்சிக்குப் பெருநிலப் பரப்பு தேவையானபோது நாடுகளின் குடிகளின் எல்லை தாண்டிச் செல்ல வேண்டி இருந்தது. இக்குடிகளும் பேரரசின் உருவாக்கத்தில் இணைந்தபோது ஒற்றை நிலம் நோக்கித் தமிழகம் நகரத் தொடங்கியது. இச்சூழலில் நில வழி வணிகம் கடல் வழி வணிகம் ஆகியவற்றில் கொலையும் கொள்ளையும் இயல்பானபோது பேரரசு அதிகாரம் இவ்வாறான அழிவிலிருந்து வணிகச் சாத்துகளைக் காக்கவேண்டிய தேவை ஏற்பட்டது. தவிரவும் விளிம்புநிலை மக்களாக மாறி ஓயாத போர்களும் அழிவுகளும் ஏற்படக் காரணமான இனக்குழு

தொல்காப்பியம்

மக்களைப் பேரரசின் மையத்திற்குக் கொண்டுவரவும் பேரரசின் அதிகார அமைப்பிற்குள் கொண்டுவரவும் ஆன ஓர் அரசியலும் தொழிற்பட்டுள்ளது. இதனைச் சில எடுத்துக்காட்டுகள் மூலம் அறியலாம்.

வணிகச் சாத்துகள் அலைகழிக்கப்படுவதை உணர்ந்த வணிகர்கள் தொடக்கத்தில் தமது பாதுகாப்பிற்கென வீரர்களைக் காவலர்களாகக் கொண்டு பயணத்தை மேற்கொண்டனர். இதனைச் சங்க இலக்கியங்கள் பதிவு செய்துள்ளதை அறிய முடிகின்றது.

> விளர்வூண் தின்ற வீங்குசிலை மறவர்
> மைபடு திண்தோள் மலிர வாட்டிப்
> பொறைமலி கழுதை நெடுநிரை தழீஇய
> திருந்துவாள் வயவர் அருந்தலை துமித்த   (அகம். 89)

எனும் அகநானூற்றுப் பாடலடிகள் கழுதை மீது ஏற்றப்பட்ட பெரும் பொருட்களை இருமருங்கும் காத்து வந்த திருந்திய வாளை உடைய வீரரையே பாலை நில மறவர் தலை துமியுமாறு வெட்டி வீழ்த்தி உள்ளனர். ஆகப் பாதுகாப்பிற்கு வந்த வலிமை பொருந்திய மறவரையே கொலை செய்யும் ஆற்றல் பாலை மறவர்க்கு இருந்துள்ளது.

பெரும்பாணாற்றுப்படை சுரநெறியில் வணிகச் சாத்துகள் போகும்போது பாதுகாப்பிற்காக வேண்டி விற்படை வீரர்களைச் சீறூரின்கண் அமைத்திருந்தமையை விளக்கி உள்ளது.

> அணர்ச்செவிக் கழுதைச் சாத்தொடு வழங்கும்
> உடல்குடைப் பெருவழிக் கவலை காக்கும்
> வில்லுடை வைப்பு   (பெரும். 80–82)

பாலை நெடுவழியில் சுங்கம் வசூல் செய்யும் சாவடிகள் அமைந்துள்ளன. அவ்வழியைக் கடந்து செல்லும்போது வணிகச் சாத்துகளின் காவலுக்கென விற்படை ஒன்றும் அடுத்தடுத்த ஊர்களில் அமைக்கப்பட்டிருந்தது.

> உவலைக் கண்ணி வன்சொல் இளைஞர்
> சிலையுடைக் கையர் கவலை காப்ப
> நிழல்உரு இழந்த வேனிற் குன்றத்துப்
> பாலை சான்ற சுரம்சேர்ந் தொருசார்   (மது. 311–314)

உவலைக் கண்ணியையும் கொடுஞ்சொல்லையும் உடைய இளையராகிய மறவர் வில்லினை ஏந்தியவராய்ப் பாலை நிலச்சுர நெறியைக் காத்து நின்றதை மதுரைக் காஞ்சி விளக்கி உள்ளது.

மேலே காட்டப்பெற்ற சான்றுகள் யாவும் பத்துப்பாட்டில் இடம் பெற்றவை. பத்துப்பாட்டே பேரரசு அமைப்பின் அரசியலை

உள்வாங்கிப் புனையப்பட்டது என்று கூறுதல் வேண்டும். பேரரசு அமைப்பில் சுங்கச் சாவடிகளை அமைத்ததோடு பாலை மறவர்களிடம் இருந்து வணிகச் சாத்துகளைக் காக்க வீரர் படை ஒன்றும் அமைக்கப்பட்டிருந்ததை உணர முடிகின்றது.

தமிழ்நாட்டில் முடியுடை மூவேந்தப் பேரரசு அமைக்கப் பட்ட பிறகு விளிம்புநிலையில் இருந்து போராடி வந்த குழுப் பகைகள் போர் மூலமும் பிறவற்றின் மூலமும் ஒழிக்கப்பட் டிருக்க வேண்டும். அரசமைப்பின் அதிகாரமும் படை வலிமையும் விளிம்புநிலை அரசியலை வீழ்த்தி உள்ளன. காலம் செல்லச் செல்ல விளிம்புநிலை மக்களையும் அரசு அதிகாரம் உள்வாங்கிச் செரித்துள்ளதை அறிய முடிகின்றது. பின்வரும் பெரும்பாணாற்றுப்படையில் உள்ள பாலை நிலக் காட்சி மிக முதன்மை வாய்ந்தது.

> இரும்புதலை யாத்த திருந்துகணை விழுக்கோல்
> உளிவாய்ச் சுரையின் மிளர மிண்டி
> நுண்புல் அடக்கிய வெண்பல் எயிற்றியர்
> பார்வை யாத்த பறைதாள் விளவின்
> நீழல் முன்றில் நிலஉரல் பெய்து
> குறுங்காழ் உலக்கை ஓச்சி நெடுங்கிணற்று
> வல்லூற்று உவரி தோண்டித் தொல்லை
> முரவு வாய்க் குழிசி முரியடுப்பு ஏற்றி
> வாராது அட்ட வாடூன் புழுக்கல் . . .
> செவ்வரை நாடன் சென்னியம் எனினே
> தெய்வ மடையின் தேக்கிலைக் குவைஇ நும்
> பைதீர் கடும்பொடு பதம்மிகப் பெறுகுவீர் (பெரு. 91–105)

பெரும்பாணாற்றுப்படையின் பாடலடிகள் பாலை நில எயினர் உணவுத் தேட்டத்தின் கடுமையான நிலைமையையும் விருந்தோம்பும் பண்பையும் ஒரு சேர எடுத்துக் கூறுவதை உணர முடிகின்றது. இரும்புக்கோலினால் கரம்பை நிலத்தைக் கெண்டிப் பெற்ற புல்லரிசியை நில உரலிலே இட்டுக் குற்றி நெடுங்கிணற்று உவர் நீர் கொண்டு பழைய பானையிலே ஆக்கிய புழுக்கலாகிய சோற்றை எயிற்றியர் தெய்வங்களுக்குப் படைப்பது போலப் பாணர்க்குப் படைத்து மகிழ்ந்தனர். முன்னதாகப் பாணர்கள் செவ்வரை நாடனாகிய மன்னனின் பாண் சாதியேம் யாம் என்று கூறினர். அது கேட்ட எயிற்றியர் தமக்கான உணவைப் பாணர்க்கு அளித்துள்ளனர். இது பாலைத் திணைக் குடிமக்கள் அரசு சார்ந்தும் அதிகாரம் சார்ந்தும் வாழ முற்பட்ட நிலையை எடுத்துரைப்பதாக உள்ளது.

பேரரசு உருவாக்கத்தில் விளிம்புநிலை இனங்கள் யாவும் அதிகாரத்தால் வெல்லப்பட்டு அரசு எல்லைக்குள்

இணைக்கப்பட்ட நிலையைப் பிற்காலச் சங்க இலக்கியங்கள் எனக் கருதத்தகும் சில பாடல்கள் விளக்கி உள்ளன.

மாசில்வான் முந்நீர்ப் பரந்த தொல்நிலம்
ஆளும் கிழமையொடு புணர்ந்த
எங்கோ வாழியர் இம்மலர்தலை உலகே (கலி. 103)

எனவும்,

ஏற்றவர் புலங்கெடத் திறை கொண்டு
மாற்றாரைக் கடக்க எம்மறங்கெழு கோவே (கலி. 104)

எனவும் வரும் முல்லைக் கலிப் பாடலடிகள் ஆயர் இன மக்கள் தம் காதல் நிகழ்வில் கூடத் தம் மன்னனை வாழ்த்துவதை மரபாகக் கொண்டுள்ளமையைத் தெரிவிக்கின்றன.

கண்ணகி வானக வாழ்வு பெற்றதைக் கண்டு வியப்புற்றுக் குரவைக் கூத்தாடிய குறவர்கள் தம் கூத்து முடிவில்

உண்டு மகிழ்ந்தானா வைகலும் வாழியர்
வில்லெழுதிய இமயத்தொடு
கொல்லி யாண்ட குடவர் கோவே (சிலம்பு. குன்ற)

என்று சேர வேந்தனைப் போற்றுவதை அறிய முடிகின்றது. அரச அதிகாரம் மலை உச்சியில் வாழும் குறவர் குடி மக்களையும் ஆட்படுத்தி உள்ளது தெரிய வருகின்றது. எல்லாவற்றிற்கும் மேலாகச் சேர வேந்தன் மலைவளம் விரும்பி வந்தபோது குன்றக் குறவர்கள் மலைபடு பொருள் பலவற்றையும் திறைப்பொருளாகச் சுமந்து சென்று

மலைமிசை மாக்கள் தலைமிசைக் கொண்டாங்கு
ஏழ்பிறப் படியேம் வாழ்கநின் கொற்றம்
(சிலம்பு. காட்சி. 56, 57)

என்று பணிந்து நின்றனர். திறைப் பொருளைச் செலுத்தியதோடு ஏழ் ஏழ் பிறப்பும் நினக்கு அடியேம் என்று அடிமைமுறை நிலையை உணர்த்தி நின்றனர். பேரரசு உருவாக்கத்தில் விளம்புநிலை மக்களை அடக்கி அடிமைப்படுத்திய நிலையை இதன் வழி உணர முடியும்.

பேரரசு அமைப்பிற்கும் வணிக அமைப்பிற்கும் பெரும் சவாலாக விளங்கிய பாலை நிலக் குடிமக்கள் அனைவரும் சிலப்பதிகாரக் காலத்தில் அரச அதிகாரத்திற்கு ஆட்பட்டு விட்டதை அறிய முடிகின்றது. தவிர விளிம்பு நிலைப் பண்பாட்டைக் கொண்ட பாலை நில எயினர் வாழ்வியல் மேனிலையாக்கம் பெற்றுவிட்டதைச் சிலப்பதிகார வேட்டுவவரி விவரிப்பதை அறிதல் வேண்டும். சோழ நாட்டு எல்லைக்கும் பாண்டிய நாட்டு எல்லைக்கும் இடைப்பட்ட பகுதியில்

எல்லை ஓரப்பகுதியில் வாழும் எயினர்குடி மக்கள் முழுவதும் தமது பண்பை இழந்து அதாவது மறக்குடி மக்கள் நிலையிலிருந்து அறக்குடி மக்களாக மாறிய நிலைக்கு அரச அதிகாரம் பெருங் காரணம் ஆகலாம். தெய்வமுற்ற சாலினி தம் பழங்குடியின் பெருமையைக் கூறும்போது மறக்குடியாக வாழ்ந்த எயினர் அறக்குடி போன்று அவிந்து போனீர்களே என்று வருந்தி உரைக்கின்றாள். அரச அதிகாரம் இறுதியில் எயினர்களையும் அரசக் குடிமக்களாக அறக்குடி மக்களாக மாற்றிவிட்டதை உணர முடிகின்றது.

விளிம்புநிலைப் பண்பாடு என ஒதுக்கம் பெற்ற பாலைத் திணைப் பண்பாடு வேட்டுவவரி மூலம் மேனிலையாக்கம் பெறுவதையும் அறிதல் வேண்டும். ஒதுக்கம் பெற்று அழிந்துபோன கொற்றவை வழிபாடு சைவ, வைணவ சமயத் தொன்மங்களோடு ஊடுருவிப் புராண வழிபாடாக மாறிவிடுவதையும் அறிதல் வேண்டும்.

பின்னுரை

இதுகாறும் கூறிய செய்திகளில் இருந்து பின்வரும் ஆய்வு முடிவுகளை முன்வைக்க முடியும். அவை வருமாறு:

1. தொல்காப்பியர் பாலைத் திணை எனும் கருத்தியலை உடன்பட்டுள்ளார். ஆயின் அகப்பொருள் மரபைப் பாடப் பாலைக்குத் தனித்த நிலம் தேவை இல்லாமல் இருந்தது.
2. ஏனெனில் புராதன இனக்குழு வாழ்க்கையில் நீண்ட இடப்பெயர்வுகள் அகப்பொருளுக்குத் தேவை இல்லாமல் இருந்துள்ளது.
3. உடன்போக்கு எனும் அகப்பொருள் ஒழுக்கத்திற்கு மட்டும் பாலைத்திணை மரபுகள் சில தேவைப்பட்டன.
4. மற்றபடி ஓதற்பிரிவு, பகைவயிற்பிரிவு, தூதிற்பிரிவு, பொருள்வயிற்பிரிவு உள்ளிட்ட பிரிவுகள் ஆதி தமிழ்ச் சமூகத்திற்கு உரியவை அல்ல. தவிர ஓதற்பிரிவு, பகைவயிற்பிரிவு, தூதிற்பிரிவு பற்றிய பிற்காலச் சங்கப் பாடல்களும் இல்லை என்றே கூறுதல் வேண்டும். பகைவயிற்பிரிவு வினைவயிற்பிரிவாக ஆக்கம் பெற்றாலும் அதில் பகை பற்றிய பொருண்மை (முல்லைப் பாட்டு, நெடுநல் வாடை முதலிய பிற்காலப் பாடல்கள் நீங்கலாக) இடம் பெறவில்லை என்றே கூறுதல் வேண்டும். மேற்படி பிரிவுகள் இடைச்செருகலாகச் சேர்ந்திருக்க வாய்ப்புண்டு.

5. பாலைத்திணையின் நிலம் பற்றிய ஆக்கத்தைச் சங்க இலக்கியங்களே பேசியுள்ளன. சங்க இலக்கியம் பேசும் பாலை நிலம் பற்றிய கருத்தியலுக்கும் பரிணாம வளர்ச்சி உண்டு.

6. முதலில் பாலை நிலப் பொருண்மையாக இடம்பெறுவது ஆநிரை கவர்தல் எனும் பொருண்மையே ஆகும்.

7. தமிழ்ச்சமூகத்தின் பரிணாம வளர்ச்சியில் கால்நடை வளர்ப்பு ஒருவகையான சமூக ஏற்றத்தாழ்வை உருவாக்கக் களவில் ஆநிரைகளைக் கவர்ந்து செல்லும் மரபு தோன்றியுள்ளது. கவர்ந்து சென்றோர் விளிம்புநிலை மக்களாகவும் பறிகொடுத்த ஆயர் இனத்தோர் மைய நிலை மக்களாகவும் இருந்திருக்க வேண்டும்.

8. தனியுடைமை தோற்றம் கொள்ளவும் வேளாண் சமூகம் அமைவதும் அடுத்தடுத்த பரிணாம வளர்ச்சி நிலைகள் ஆகும். உப்பு உற்பத்தி, நெல் உற்பத்தியின் உச்சநிலை, உலோகக் கண்டுபிடிப்பு மூலம் புதிய அணி மணிகள் உற்பத்தி, வணிகத்தின் பெருவளர்ச்சி முதலியன நில எல்லைகளை விரிவாக்கின. இந்த விரிவாக்கத்தை ஒவ்வோர் அரசும் சுங்கவரி வசூலித்தல் மூலம் ஏற்றுக் கொண்டதையும் கூறுதல் வேண்டும்.

9. குறுநிலம் கடந்தும், அரசு கடந்தும், வேற்றுமொழி தேயம் நோக்கித் தமிழர்களும் தமிழ் வணிகச் சாத்துகளும் செல்ல முற்படும்போது விளிம்பு நிலை மக்களான பாலை நில மக்கள் அவர்களைக் கொன்றும் கொள்ளை அடித்தும் வழிப்பறி செய்துள்ளனர். இந்த நிலப்பகுதிகளையே சங்க இலக்கியம் பாலை நிலம் என்று குறிப்பிட்டுள்ளது.

10. இவ்வாறு செல்வ வளம் தோன்றவும் வறுமை தோன்றவும் காரணமான அரசியல் நிகழ்வு இனக்குழு அழிவிலிருந்து பேரரசு உருவாக்கத்தின் ஒரு பகுதியாக நடந்தேறியதை யும் இங்கே மனங்கொள்ளுதல் வேண்டும்.

11. தொடக்க காலத்தில் பொருளைப் பறி கொடுத்தோர் அடுத்த நிலையில் காவலுக்கு என வீரர்களை உடன் அழைத்துச் சென்றுள்ளனர்.

12. அடுத்த கட்டத்தில் அரசே பாலை வழிகளைக் காவல் செய்ய வீரர் படையை நியமித்துள்ளதை அறிய முடிகின்றது.

13. எதற்கும் அடங்காத பாலை மறவர்களை அரசுகள் போரின் மூலம் அழித்து ஒழிக்கும் முறையும் மேற்கொள்ளப் பெற்றுள்ளது.

14. இவ்வாறான அடக்குமுறைகள் மூலம் பாலைக் குடியினர் அரசின் அதிகாரத்தை ஏற்றுக்கொண்டு அரசக் குடிமக்களாக மாறும் நிலைக்குத் தள்ளப்பட்டுள்ளனர்.

15. நாட்டின் மைய நீரோட்டத்தை எந்த வகையிலும் அறியாமல் விளிம்பு நிலையில் வாழும் குடியினர் கூடப் பேரரசன் புகழ்பாடும் குடிகளாகப் புலவர்களால் பாடப் பெற்றுள்ளனர்.

16. இவற்றின் உச்சமாகக் காலம் முழுவதும் விளிம்புநிலைப் பண்பாடு என்று ஒதுக்கி வைக்கப் பெற்ற எயினர் வரலாறு இளங்கோவடிகள் மூலம் மேனிலையாக்கம் பெற்றுவிட்டதை வேட்டுவ வரி மூலம் அறிய முடிகின்றது.

17. தமிழ்ச் சமூக வரலாற்றில் பாலைத் திணையின் பரிணாம வளர்ச்சி என்பது இவ்வாறான முறையிலேயே நிகழ்ந்துள்ளதை இப்பகுதி ஒருவாறு விளக்கி நிறைவு பெறுகின்றது.

நெடும்பயணம் 3

தொல்காப்பியத்தில் நால்வருணம்:
இருப்பும் இல்லாமையும்

தொல்காப்பியத்தில் நால்வருணச் செய்திகள்

தொல்காப்பியம் நால்வருணப் பாகுபாடு பற்றிய செய்திகளைப் பதிவு செய்துள்ளது. புருஷ சுக்தா கூறும் பிராமணர், சத்திரியர், வைசியர், சூத்திரர் ஆகிய பிரிவுகளை அந்தணர், அரசர், வணிகர், வேளாளர் எனத் தொல்காப்பியம் குறிப்பிடும் (பொருள் 615-629). இப்பெயரீடுகளே அன்றி மேலோர் (பொருள் 31), மூவர் (பொருள் 142), கீழோர் (பொருள் 142), உயர்ந்தோர் (பொருள் 28, 33), ஏனோர் (பொருள் 74) முதலியவற்றையும் நால்வருணத்தைக் குறிக்கத் தொல்காப்பியம் பயன்படுத்தியுள்ளதாக உரையாசிரியர் கூறுவர்.

தமிழ்ச் சமூக வரலாற்றில் தொன்மை மிக்க நூலாகக் கருதப்படுகிற தொல்காப்பியம் நான்கு வருணங்களைப் பதிவுசெய்துள்ளதால் தொல்சமூக வரலாற்றையும் வருண அடிப்படையிலேயே தொடங்க வேண்டி இருக்கிறது. தொல்காப்பியத்தில் கூறப்பட்டுள்ள வருணச் செய்திகளைப் பின்வருமாறு வரிசைப்படுத்த முடியும்.

சிலம்பு நா. செல்வராசு

1. முப்புரி நூலும் குண்டிகையும் முக்கோலும், மனையும் அந்தணர்க்கு உரியவை (பொருள் 615).

2. படை, கொடி, குடை, முரசம், புரவி, களிறு, தேர், மாலை, முடி முதலியன அரசர்க்குரியன (பொருள் 616).

3. அந்தணர்க்கு உரியன என்று கூறப்பெற்றவை அரசர்க்கும் உரியதாகி வரும் (பொருள் 617)

4. பாடாண் திணையில் இடம்பெறும் பரிசில் பற்றிய கிழமைப் பெயர்கள் நெடுந்தகை, செம்மல் என்பனவாகும். இவையும் இவை போல்வன பிறவும் அரசரோடு சேர்த்துச் சொல்லுதல் வேண்டும் (பொருள் 618). இவை அந்தணர்க்கு உரியதல்ல.

5. பிறந்த ஊரும், பெயரும், அவரவர் தொழிற்குரிய கருவிகளும் யாவர்க்கும் பொதுவாகலின் எவரும் தம் பெயரோடு அவற்றைச் சேர்த்துக் கூறுவர் (பொருள் 619).

6. தலைமைப் பண்பைக் குறிக்கும் சொல்லும் தத்தமக்குரிய நிலைமைக்கு ஏற்பக் கூறப்படும். அந்தணர்க்குப் பிரமனும், அரசர்க்கு மாயவனும், வணிகர்க்கு நிதியின் கிழவனும், வேளாளர்க்கு வருணனும் இணைத்துப் பண்பு நிகழ்த்தப்படும் அல்லது நால்வர்க்கும் முறையே அருள், வீரம், நடுவுநிலை, கொடை ஆகிய பண்புகளைக் குறிப்பிட்டுக் கூறப்படும் (பொருள் 620).

7. அரசர், வணிகர் ஆகிய இருவரும் படைக்கல வகையைப் பெறுவர், ஏனையோர் பெறார் (பொருள் 621).

8. வைசிகன் வணிக வாழ்க்கையை மேற்கொள்வான் (பொருள் 622).

9. எண் வகை உணவு வகைகளை (பயறு, உளுந்து, கடுகு, கடலை, எள், கொள்ளு, அவரை, துவரை) உண்டாக்கு கின்ற தொழிலும் வணிகர்க்கு உரியது (பொருள் 623).

10. வைசிகர்க்குக் கண்ணியும் தாரும் உரியவை என்று கூறப்படும் (பொருள் 624).

11. வேளாண் மாந்தருக்கு உழவுத்தொழில் அன்றி வேறு தொழில்கள் இல்லை என்று கூறுவர் (பொருள் 625).

12. வேந்துவிடு தொழிலை ஏற்கும் வேளாண்மாந்தர் படையையும் கண்ணியையும் பெறுவர் (பொருள் 626).

13. அந்தணர்க்கும் அரசு விலக்கப்படுதல் இல்லை (பொருள் 627).

14. வில், வேல், கழல், கண்ணி, தார், ஆரம், தேர், மா முதலியன நிலைபெற்ற மரபினையுடைய ஏனோர்க்கும் உரியன; ஏனோர் எனப்படுவர் வைசியரும் வேளாளரும் ஆவர் (பொருள் 628).

15. மேற்சொன்ன மரபினை உடையவராயினும் இழிந்தோர் ஆயின் அவர்க்கு அவை உரியனவாகக் கூறப்பெறா (பொருள் 629).

மேலே கூறப்பெற்ற செய்திகள் தொல்காப்பிய மரபியலில் இடம்பெற்றுள்ளன. இச்செய்திகள் நேரடியாக வருணப் பாகுபாட்டைப் பற்றிய தகவலைத் தந்துள்ளன. இச்செய்திகள் அன்றி அகத்திணையியலில் பிரிவு பற்றி வரும் நூற்பாக்களும் (பொருள் 27-36) கற்பியலில் கரணம் பற்றி வரும் நூற்பாவும் (பொருள் 142) நால்வருணச் செய்திகளைக் குறிப்பாகச் சுட்டியுள்ளன. இந்த இரு இயல்களிலும் உயர்ந்தோர் (928) ஏனோர் (29, 34) மேலோர் (142) (30) நால்வர் (30) பின்னோர் (31) உயர்ந்தோர் (33, 36) கீழோர் (142) ஆகிய சொல்லாட்சிகள் நான்கு வருணங்களைக் குறிப்பதாகக் கொண்டு உரையாசிரியர்கள் உரை எழுதியுள்ளனர். இதே நூற்பாக்களில் எந்த இடத்தும் அந்தணர், அரசர், வணிகர், வேளாளர் என்ற பெயர்கள் இடம்பெறவில்லை என்பதும் சுட்டத்தக்கது.

இவை அன்றிப் புறத்திணை இயல் நான்கு வருணப் பிரிவோடு வேறு சில பிரிவுகளையும் சேர்த்து வகைப்படுத்தக் காணலாம் (பொருள் 74). அறுவகைப்பட்ட பார்ப்பனப் பக்கம், ஐவகை மரபினை உடைய அரசர் பக்கம், ஆறு மரபினை உடைய வணிக, வேளாளர் பக்கம். அறிவனாகிய கணியன் பக்கம், எட்டு வகையான வழக்கினை உடைய தவமுடையோர் பக்கம், பாகுபாடு அறிந்த பொருநராகிய மறவர் பக்கம் என்பன அவை. ஆக இவையே தொல்காப்பியத்துள், நால்வருணச் செய்திகளாகக் கருதத் தகுவனவாகத் திறனாய்வாளர்களால் (ப. அருணாசலம் 1975; க. வெள்ளைவாரணன், 1970; கா. சுப்பிரமணியப் பிள்ளை 1968) சுட்டப் பெற்றுள்ளன. தொல்காப்பிய வருணச் செய்திகள் பற்றிய திறனாய்வுப் போக்குகளை இரண்டு வகையாகப் பிரிக்க இயலும். அவை வருமாறு:

1. தொல்காப்பியத்துள் இடம்பெற்றுள்ள நால்வருணச் செய்திகள் இடைச்செருகலாக நுழைக்கப்பட்டவை; மூல தொல்காப்பியத்தில் இச்செய்திகள் இடம்பெற்றிருக்க வாய்ப்பில்லை என்பது ஒரு கருத்து.

2. நால்வருணச் செய்திகள் தொல்காப்பியராலேயே கூறப்பட்டவை; இடைச்செருகல் இல்லை என்பது ஒரு கருத்து.

இடைச்செருகல் என்று கூறுவோர் தொல்காப்பியர் காலத்தைச் சங்க காலத்திற்கு முன்பாகவும் ஏனையோர் சங்க காலத்திற்குப் பின்னாகவும் கொண்டுள்ளமை கவனத்துள் கொள்ளத்தக்கதாகும். நால்வருணச் செய்திகள் இடைச்செருகலே என்று வெள்ளைவாரணனார் (1970: 299, 300) கூறுவது வருமாறு: மக்களை நிலவகையாற் பிரித்துரைப்பதன்றி நிறவகையாகிய வருணத்தாற் பகுத்துரைக்கும் நெறியினைத் தொல்காப்பியனார் மக்களது ஒழுகலாறுகளை விரித்துரைக்கும் முன்னைய இயல்களில் யாண்டும் குறிப்பிடவேயில்லை... அகத்திணை ஒழுகலாற்றுக்குரிய மக்களை வகைப்படுத்திக் கூறிய நிலையிலும் புறத்திணை ஒழுகலாற்றில் வாகைத்திணைப் பகுதிகளை விரித்துரைத்த நிலையிலும் மக்களை அவர்கள் வாழும் நிலத்தாலும் தொழில் வகையாலும் பகுத்துரைத்தது அன்றி வேளாண்மாந்தர் என்றோ வைசியர் என்றோ வருணம் பற்றி ஆசிரியர் யாண்டும் குறிப்பிடவேயில்லை. வருணம் நான்கு என்ற தொகையினையும் ஆசிரியர் குறிக்க வில்லை. ஆகவே மரபியலில் 71 முதல் 85 வரையுள்ள சூத்திரங்கள் வருணைப் பாகுபாடு தமிழகத்தில் வேரூன்றத் தொடங்கிய மிகப் பிற்காலத்தில்தான் சேர்க்கப்பட்டிருக்க வேண்டும். பிற்றை நாளில் களப்பிரர் பல்லவர் முதலிய அயல் மன்னரது ஆட்சியுட்பட்டுத் தமிழகம் அல்லற்பட்ட நாளிலே இத்தகைய கருத்துகள் தொல்காப்பியத்துள்ளும் மெல்ல நுழைக்கப்பட்டன. மனு முதலிய வடமொழி நூல்களால் வளர்க்கப்பட்ட நால்வகை வருணத்தைப் பற்றிய நம்பிக்கை தமிழ்மக்கள் உள்ளத்தில் வேரூன்றி நிலை பெற்றுவிட்ட பிற்காலத்தில் வாழ்ந்தவர்கள் உரையாசிரியப் பெருமக்கள். ஆதலின் அன்னோர் தொல்காப்பியத்திற்கு உரை காணும் நிலையில் தம் காலச் சூழ்நிலையில் அகப்பட்டு இடைச்செருகலாகிய இச்சூத்திரங்களைத் தொல்காப்பியர் வாக்கெனவே நம்பி உரையெழுத நேர்ந்தது.

தொல்காப்பியத்தில் இடைச்செருகல் பற்றிச் சோமசுந்தர பாரதியாரும் (1942) வையாபுரிப் பிள்ளையும் (1949) ஜான் மாரும் (1958) விரிவுப்பட விளக்கி உள்ளனர். இக்கருத்தை மறுத்த ப. அருணாச்சலம் (1975) தொல்காப்பியத்தில் உள்ள நான்கு வருணச் செய்திகள் இடைச்செருகல் அல்ல என வலியுறுத்திக் கூறியுள்ளார்.

அகத்திணை இயலில் நால்வகைப்பட்ட நிலமக்களையும் அவர்களது வாழ்க்கை முறைகளையும் சொல்கின்றார் தொல்காப்பியர். இந்நில மக்கள் தவிரப் பொதுநிலையில் பிறதொழில்கள் செய்து வந்த அரசர், அந்தணர், வணிகர், வேளாளர் ஆகிய மக்களும் அன்று வாழ்ந்து வந்திருக்க வேண்டும் என்பது உறுதி. இவர்களைப் பற்றித் தொல்காப்பியரும் வாய்ப்புக் கிடைக்கும் இடங்களில் எண்ணுகிறார். புறத்திணை இயலில் பேசுகின்றார். இம்மக்களிடம் ஒரு சில மரபுகளும் அவர்கள் தொழிலுக்கு ஏற்ப அமைந்திருத்தலை நோக்குகின்றார். அவற்றையே மரபியலில் கூறிச் செல்கின்றார். எனவே இடைச்செருகல் என்ற எண்ணம் இவண் பொருத்தமில்லாது போய்விடுகின்றது (மேலது 1975: 182).

பல இடங்களில் தொல்காப்பியம் உயர்ந்தோர் கீழோர் என்று பேசும் நிலை அன்றைய சமுதாய ஏற்ற தாழ்வினைப் புலப்படுத்தவல்ல சான்றுகளாய் அமைகின்றன. மேலும் மரபியலுக்கு உரை எழுதிய இளம்பூரணர் இடைச்செருகல் பற்றி ஏதும் கூறவில்லை. ஆயின் பேராசிரியர் இதனைப் பற்றி எண்ணிப் பார்த்துள்ளார். நால்வகையினர் பற்றிப் புறத்திணையியலில் கூறிய தொல்காப்பியர் மரபியலிலும் பேசுவது மிகையாகுமா என்ற வினாவை எழுப்புகிறார். ஆனால் மிகையன்று என முடிவுரைக்கிறார். இவரின் விளக்கம் சில தெளிவுகளைத் தந்துள்ளது. இடைச்செருகல் என்ற எண்ணம் பேராசிரியர் காலம் வரை இல்லை என்ற எண்ணம் ஒன்று; பேராசிரியர்க்கும் இவ்வெண்ணம் இல்லை என்ற குறிப்புடன் மிகை என்று கூடப் பிறர் எண்ணல் தவறு என்பதில் உள்ள ஆர்வம் இன்னொன்று (கே. பகவதி 1981).

மேலே கூறப்பெற்ற இருசாரார் கருத்துகளுக்கும் மொழி அரசியல் அடிப்படையாக அமைந்துள்ளதை அறிதல் வேண்டும். இருபதாம் நூற்றாண்டு நடுவண் காலத்தில் பெருவீச்சில் நிகழ்ந்தேறிய தமிழ்மொழி அரசியல், தமிழின் தூய்மையை நிலைநாட்டியதுடன் வடமொழிப் பகை கொண்டு ஆரிய இலக்கியம் பண்பாடு ஆகியவற்றையும் புறத்தே நிறுத்தியது. இந்த அரசியலின் விளைவே, தொல்காப்பியத்தில் நான்கு வருணச் செய்திகளை இடைச்செருகல் என்று பேச வைத்தது. ஆனால் இதே மொழி அரசியல் தமிழக வரலாற்றின் இடைக்காலத்தில் தமிழ்மொழியும் இலக்கியமும் வடமொழியின்றித் தனித்தியங்க வில்லை எனவும் உரைக்க வைத்தது (சிலம்பு நா. செல்வராசு 1998). எனவேதான் தமிழ் மொழி, இலக்கிய மரபுகளையும் வடமொழி மரபுகளையும் உடன் வைத்து எண்ணும் போக்குச் சோழர் காலத்தில் நிலவியது.

இந்த மொழி அரசியல் பின்னணியைத் தவிர்த்துத் தொல்காப்பியம் கூறும் வருணக் கோட்பாடு பற்றிய செய்திகளை ஆராய்வது ஒன்றே இங்கு தேவையானது. இதற்கும் முன்பாக வடமொழியில் வருணம் பற்றிய செய்திகளின் பதிவையும் புரிந்துகொள்ள வேண்டும்.

வடமொழி நூல்களில் வருணப் பாகுபாடு

நால்வருணப் பாகுபாட்டின் ஆதிநிலையை அறிய வடமொழி இலக்கியங்களே பெரிதும் உதவுகின்றன. ரிக் வேதத்தில் பத்தாவது மண்டலத்தில் தொண்ணூறாவது சுலோகமாக வரும் புருஷ சுக்தா என்ற பகுதி நால்வருணத்தின் ஆதிவித்தாகக் கருதப்படுகிறது. இந்தச் சுலோகத்தில் வருணிக்கப்பட்டிருக்கும் புருஷனுக்கு ஆயிரம் தலைகள், ஆயிரம் கண்கள், ஆயிரம் கால்கள் என அவன் உருவமும் செயல்களும் விரிவுபட விளக்கப்பெற்றுள்ளன. இப்பகுதியின் பதினொன்றாம் பன்னிரண்டாம் சுலோகங்கள் புருஷனின் உடலிலிருந்து நால்வருணங்கள் எப்படித் தோன்றின என்பதை விளக்குகின்றன. பிராமணர் வாயிலும், சத்திரியர் கரங்களிலும், வைசியர் தொடையிலும், சூத்திரர் பாதத்திலும் இருந்து பிறந்தனர் எனக் கூறப்பட்டுள்ளது. பின்னால் வந்த மனு இப்பிரிவினைகளை எதிர்த்த அனைவரையும் கீழ் நிலைக்குத் தள்ளினார். புருஷ சுக்தாவின் கருத்துகளைத் திருத்திப் புதிய புனிதத் தன்மையை ஏற்றினார்; உலக நன்மைக்காகவே இந்த நால்வருணத்தை இறைவன் படைத்ததாக முழங்கினார் (அம்பேத்கர், 1946). ரிக் வேதம் புருஷ சுக்தாவில் மட்டும் படைப்பின் தொடக்கத்தைக் கூறவில்லை. வேறு சில இடங்களிலும் கூறியுள்ளது. ரிக் வேதத்தில் அயுவின் அறிவினால் அக்கினி மனிதர்களின் குழந்தைகளை உண்டாக்கினான் என்று விளக்கப்பட்டுள்ளது.

வடமொழி இலக்கியங்களில் உலகம் எப்படி வந்தது? மனிதன் எப்படி வந்தான்? பல்வேறு சாதிகளும் எப்படி வந்தன என்பதைப் பற்றி விளக்கும் கிளைக் கதைகள் ஏராளமாக உள்ளன என்பர் (மேலது ப.26) யசூர் வேதம் வெள்ளை கறுப்பு என இரண்டாகப் பிரிக்கப்பட்டு வருண உருவாக்கம் பற்றிக் கூறப்பட்டுள்ளது. வெள்ளை யசூர் வேதமாகிய வஜசனேயி சம்கிதா புருஷ சுக்தாவினின்றும் மாறுபட்ட கருத்துகளைக் கூறியுள்ளது (மேலது ப.27).

அதர்வண வேதம் நான்கு வகையான விளக்கங்களைக் கூறுகின்றது. முதலில் பிராமணன் பிறந்ததாகவும் அவனுக்குப் பத்துத் தலைகளும் பத்து முகங்களும் இருந்ததாகவும் அவனே ராஜன்யன் ஆனான் எனவும் அவனிடமிருந்து சத்திரியன்

பிறந்ததாகவும் கூறப்பட்டுள்ளது (மேலது 5.28). சதபத பிராமணம் என்ற வேதம் இரண்டு சித்தாந்தங்களில் வருணப் படைப்புப் பற்றி விளக்கி உள்ளது. அது வருமாறு:

"அக்னி உருவத்தையும் பிராமண சாதியையும் தன்னுள்ளே கொண்டுள்ள பிரம்மன் சத்திரியம் என்னும் அற்புத உருவத்தைப் படைத்தான். இதிலிருந்து இந்திரன் வருணன் சோமன் ருத்ரன் முதலியோர் தோன்றினர். அவன் வசு, ருத்ரர், ஆதித்யர், மாருதி என்ற படைகளை உண்டாக்கினான். பின்பு அவன் புஷன் என்ற சூத்திர வகுப்பைப் படைத்தான்."

இவ்வாறாக நால்வருண உருவாக்கம் பற்றி ஏராளமான கதைகளைப் புனிதம் என்ற போர்வையில் வடமொழி இலக்கியங்கள் பதிவுசெய்து வைத்துள்ளன. ஆனால், இக்கதைகளில் ஒருமுகப்போக்கு இல்லை என்பது திறனாய்வாளரின் கருத்து. இதைப் பற்றி அம்பேத்கர் (1946) கூறுவது வருமாறு:

> சூத்திரர் பற்றிய விளக்கங்களின் வகையும் எண்ணிக்கையும் அதிர்ச்சி தரக்கூடியவை. சிலர் நான்கு சாதிகள் வந்தமைக்குப் புருஷ சுக்தாவே காரணம் என்றும் பிரம்மாவிலிருந்து பிறந்தன என்றும் சிலர் பிரஜாபதியினின்று பிறந்தன என்றும் வேறு சிலர் விராட்யாவிலிருந்து வந்தன என்றும் கூறுகின்றனர். ஒரேவிதமான ஆதாரங்கள் மாறுபட்ட விளக்கங்களைத் தருகின்றன. வெள்ளை யசூர் வேதம், ஒன்றில் இவை புருஷ சுக்தாவை அடிப்படையாகக் கொண்டது என்றும் மற்றதில் பிரஜாபதியினின்று தோன்றின என்றும் கூறுகின்றது. கறுப்பு யசூர் வேதம் இரண்டிடங்களில் பிரஜாபதியையும் மூன்றாவது இடத்தில் பிராமணனையும் ஆதாரமாக்கிக் காட்டுகிறது. அதர்வண வேதம் புருஷ சுக்தா, பிராமணர், விராத்யா ஆகியவற்றையும் கூறுவதோடு இவை மூன்றிற்கும் நேரெதிரானதையும் சொல்கிறது.

என்று கூறும் அம்பேத்கர் வருணப் பாகுபாடு ஒரு பரிணாம வளர்ச்சிக்கு உட்பட்ட பின்னரே முழுமை பெற்ற தத்துவமாக ஆக்கப்பட்டிருக்க வேண்டும் என்ற முடிவிற்கு வருகிறார் (மேலது 1946:29). வருணப் பாகுபாட்டின் பிற்கால வளர்ச்சியில் நிகழ்ந்தேறிய இரண்டு கூறுகள் கவனத்திற்குரியன. ஒன்று: சூத்திரர்களும் கீழாக ஒரு வகுப்பாரைத் தோற்றுவித்து ஐந்தாவது பிரிவை உண்டாக்கியது. இரண்டு: மூன்று வருணங்களிலிருந்து சூத்திர வருணத்தைத் தனியே பிரித்துக் கீழாக்கியது (அம்பேத்கர் 1946: 29).

தொடக்கக்கால வருணப் பிரிவுகள் நான்காக இருக்கப் பிற்காலத்தில் இந்நான்கும் பல்வேறு கிளைகளைப் பெற்றது.

சவர்ணாக்கள், அவர்ணாக்கள், துவிஜாக்கள், துவிஜாக்கள் அல்லாதவர்கள், மூவர்ணாக்கள் எனக் கிளைகள் பல்கியுள்ளன. சவர்ணா என்றால் நான்கு பிரிவில் ஒன்று என்றும் அவர்ணா என்றால் இந்த நான்கு பிரிவிலும் சேராதவர் என்றும் பொருள்படும். பிராமணர், சத்திரியர், வைசியர், சூத்திரர் ஆகியோர் சவர்ணாக்கள் ஆவர். ஆதிசூத்திரன் அல்லது தீண்டத்தகாதோர் எனப் பிரிக்கப்பட்டவர்கள் அவர்ணாக்கள் ஆவர். இப்பிரிவு வகைப்பாடு சமூக வளர்ச்சியில் நிகழ்ந்திருக்க வேண்டும்.

ஆதிசூத்திரர் அல்லது தீண்டத்தகாதோர் எனும் பிரிவு தொடக்கக் கால ஆரிய சமூகத்தில் இருந்ததற்கான சான்றுகள் கிடைக்கவில்லை. ஆனால் சூத்திரர் எனும் பிரிவினரைக் கொஞ்சம் கொஞ்சமாகக் கீழ்நிலைக்குத் தள்ளும் முயற்சிகளை வடமொழி இலக்கியங்களில் காண முடிகிறது. இதனுடைய வளர்நிலையே தீண்டாமைத் தத்துவமாகப் பிற்காலத்தில் வடிவெடுத்துள்ளது. இது பற்றிச் சற்று விரிவான செய்திகளைக் கூறுவது இங்குத் தேவையானதாகும்.

அபஸ்தம்பா தர்ம சூத்திரம், சூத்திரனும் சாதிக்கு வெளியே இருப்பவனும் சுடுகாட்டில் வீடுகட்டிக் கொள்ளலாம் என்று கூறியுள்ளது. மேலும் ஒரு வேத சீடனும் சூத்திரப் பெண்ணும் ஒருவரை ஒருவர் பார்த்துக்கொண்டாலே அது வேதம் படிப்பதற்குத் தடை என்றும் கூறியுள்ளது. ஒரு சூத்திரன் தொட்ட தூய்மையான உணவு அசுத்தமாவதுடன் உண்ணத் தகுதியற்றதாகவும் ஆகிவிடுகிறது.

விஷ்ணு சுமிருதி கூறும் கருத்து ஆழ்ந்த கவனத்திற்குரியது. இரு பிறப்பாளராகிய மூன்று வருணத்தவருள் ஒருவர் இறந்து விட்டால் அவ்வாறு இறந்தவனின் சொந்தக்காரனாகச் சூத்திரன் இருந்தால்கூட இறந்தவனைத் தொட்டுத் தூக்கக் கூடாது. இறந்து போனவர் தந்தையாக இருப்பினும் அவர் இரு பிறப்பாளராக இருப்பின் அவரைச் சூத்திரமகன் தொட்டுத் தூக்கக் கூடாது.

சூத்திரன் தந்த உணவு வயிற்றில் இருக்க ஒரு பிராமணன் இறந்தால் அவன் கிராமத்தில் பன்றியாகப் பிறப்பான். அல்லது அந்தச் சூத்திரன் வீட்டிலேயே பிறப்பான். சூத்திரன் இட்ட உணவினை உண்ட பிராமணன் தினமும் வேதபாராயணம், பிரார்த்தனை, அக்கினகோத்ரம் எல்லாம் செய்தாலும் அவனுக்கு உயர்வே கிடையாது. சூத்திரன் தந்த உணவினை உண்டு தம் இனப் பெண்ணுடன் உறவு கொண்டாலும் பிறக்கும் பிள்ளை சூத்திரக் குலத்தையே சாரும்.

சூத்திரனுக்காக யாகம் செய்த பிராமணன் ஏனைய சடங்குகளில் மற்ற பிராமணர்களுடன் உடன் அமர்ந்து உண்ணக்

கூடாது. அவ்வாறு உண்டால் அவ்வுணவின் புனிதம் கெட்டு விடும்; தரம் தாழ்ந்துவிடும். ஒரு பிராமண வீட்டுக்குச் சூத்திரன் விருந்தினனாக வந்தால் அச்சூத்திரனுக்கு ஏதாவது வேலை கொடுத்து வேலை முடிவில் சாப்பாடு போட வேண்டும். வேலை வாங்காமல் சாப்பாடு போட்டால் அது அவனை மதித்ததாகி விடும். வேலை வாங்காமல் உணவிட வேண்டும் என்றால் பிராமணர் வீட்டு அரிசியைச் சமையலுக்குப் பயன்படுத்தக் கூடாது. ஏவல் செய்யும் அடிமைகள் வீட்டிலிருந்தோ அல்லது மன்னர் களஞ்சியத்திலிருந்தோ அரிசி கொண்டு வந்து விருந்தளிக்க வேண்டும்.

மனுதர்மம், சூத்திரனை ஆசிரியனாகக் கொள்பவனுக்குத் தேவர்களுக்கும் பிதுர்களுக்கும் செய்யும் மரியாதைகளில் கலந்து கொள்ள அனுமதி இல்லை என்று கூறியுள்ளது. சூத்திரனுக்குச் சட்டத்தையும் மதச்சடங்குகளையும் சொல்லித் தருபவன் மீளாத இருள் நரகத்தில் மூழ்கிப் போவான். கௌதம சூத்திரம் ஒரு சூத்திரன் ஆரிய குலப் பெண்ணுடன் உறவு கொண்டு விட்டால் அவனது உயிர் நிலையைத் துண்டிக்க வேண்டும் என்று கூறுகிறது. அபஸ்தம்பா தர்ம சூத்திரம் இதே நிகழ்வுக்கு மாறுகால் மாறு கை வாங்க வேண்டும் என்று கூறுகிறது. மண உறவு பற்றி மனுதர்மம் கூறுவது வருமாறு:

> இருமுறை பிறந்தவன் முதலில் தன் வகுப்பிலேயே மணந்து கொள்ளலாம் . . . ஆனால் தாழ்ந்த சாதிப் பெண் மீது இச்சை கொண்டுவிட்டால் அவளையும் மேல்சாதிக்காரன் மனைவியாக்கிக் கொள்ளலாம். ஆனால் சூத்திரனுக்குச் சூத்திர வகுப்புப் பெண் மட்டுமே மனைவியாக முடியும். ஒரு வைசியன் தன்குலப் பெண் அன்றிச் சூத்திரகுலப் பெண்ணையும் மணந்து கொள்ளலாம். சத்திரியன் தன்குலப் பெண்ணையும் வைசியப் பெண்ணையும் சூத்திரப் பெண்ணையும் மணந்து கொள்ளலாம். பிராமணன் தன்குலப் பெண் அன்றி ஏனைய மூவர்ணப் பெண்களையும் மணந்து கொள்ளலாம் (அம்பேத்கர் 1946:57)

இதுகாறும் கூறப்பெற்ற செய்திகளிலிருந்து நான்கு வருணம் பற்றிச் சில முடிவுகளுக்கு வர இயலும்.

1. நான்கு வருணத்தின் தோற்றம் பற்றி வடமொழி நூல்களில் ஒருமித்த கருத்து இல்லை. பல்வேறு கருத்துகள் நிலவுகின்றன. இவ்வாறு நிலவுவது நான்கு வருணத்தின் தோற்றம் பற்றிய மெய்ம்மையை நிறுவ உதவாது.
2. நான்கு வருணத் தத்துவங்களில் ஒரு பரிணாம வளர்ச்சியைக் காண முடிகிறது. வேதகாலம் தொடங்கி

மனுதர்மம் வரையும் அதற்குப் பிற்பட்டும் இப்பரிணாமம் நிகழ்ந்திருக்க வேண்டும்.

3. நான்கு வருணங்களுக்கு இடையே தொடக்கத்தில் மிகப் பெரிய ஏற்றத்தாழ்வு இருந்ததாகத் தெரியவில்லை. நான்கு வருணங்களுக்கு இடையே மணஉறவு இருந்துள்ளது. விருந்துண்ணுதல் நடைபெற்றுள்ளது. சூத்திரர் ஒருவர் குருவாகவும் திகழ முடியும். ஆனால் இவையாவும் பிற்காலத்தில் கடுமையான முறையில் புனிதம், சடங்கு களைக் காரணம் காட்டிக் கண்டிக்கப் பெற்றுள்ளன. கண்டிக்கப் பெற்ற செய்திகளே இலக்கியங்களில் பதிவாகி உள்ளன.

4. தீண்டாமையின் உச்சகட்டமாகச் சூத்திர வருணம் ஏனைய வருணங்களிலிருந்து தனிமைப்படுத்தப்பட்டது. மட்டுமின்றி ஐந்தாவதாக ஓர் இனம் உருவாக்கப்பட்டும் உள்ளதை அம்பேத்கர் (1946) விவரித்திருக்கிறார்.

இந்தச் செய்திகளின் பின்னணியில் தொல்காப்பியம் கூறும் நால்வருணக் கோட்பாட்டை ஆராய வேண்டி உள்ளது. அதனை இனிவரும் கட்டுரைப்பகுதி ஆராயும்.

தொல்காப்பியத்தில் வருணச் செய்திகளுக்கான சமூகப் பின்புலம்

தொல்காப்பிய அகத்திணை இயலில் கூறப்பெறும் பிரிவு பற்றிய செய்திகளில் நால்வருணம் இடம்பெற்றுள்ளதை உரையாசிரியர்கள் வழி அறிய முடிகிறது. தொல்காப்பியம் நேரடியான சொற்களில் வருணங்களை இவ்விடத்தில் குறிப்பிடவில்லை. வேந்தர், மன்னர் என்ற சொல்லாட்சிகள் மட்டுமே ஆளப் பெற்றுள்ளன (பொருள். 29, 32). அரசர், சத்திரியர் என்ற சொல்லாட்சிகள் இடம்பெறவில்லை. ஏனைய பிரிவுகளை உயர்ந்தோர், மேலோர், பின்னோர் எனத் தொல்காப்பியம் குறிப்பிட்டுள்ளது. இச்சொல்லாட்சிகளுக்கு உரையாசிரியர் இளம்பூரணரும் நச்சினார்க்கினியரும் நால்வருண அடிப்படையில் பொருள் உரைத்துள்ளனர். தொல்காப்பியம் தோன்றிப் பல நூற்றாண்டுகள் கழிந்து சோழர் காலச் சமூக அமைப்பில் வாழ்ந்த உரையாசிரியர்கள் சொல்லிய பொருள் எந்த அளவிற்கு மூல நூலை விளக்கவல்லது என்பதில் கருத்து வேறுபாடுகள் உள்ளன.

உரையாசிரியர்கள் வாழ்ந்த சோழர் காலம் சமஸ்கிருத மொழியைப் பெருவழக்காகக் கொண்டிருந்தது. இம்மொழிச்

சூழலைப் பெருநிலைமொழி என விளக்குவர் (சு. இராசாராம் 1992). சோழர்கால ஆட்சி மொழியாகவும் வடமொழி விளங்கியது; விளங்கவே ஆரியப் பண்பாடும் பெரிதாக மதிக்கப் பெற்றது. எனவே தமிழ் மொழியின் முதல் நூலாசிரியராகிய தொல்காப்பியர் கூட வடமொழியை அறிந்தவர் என்று கூறுவதில்தான் பெருமையே அடங்கி இருந்தது (சிலம்பு நா. செல்வராசு 1998).

இத்தகு மொழிச்சூழலில் உரையாசிரியர்கள் இயலும் இடங்களில் எல்லாம் வடமொழிக் கொள்கையைப் புகுத்தி உரை வரைந்தனர். என்றாலும் தொல்காப்பியர் கூறியதன் நேரடிப் பொருள் என்ன என்பதை அறிய முடியாதவரை உரையாசிரியர்கள் கருத்துகளையே நம்ப வேண்டி இருக்கிறது.

> தொல்காப்பியம் உருவான காலம் பற்றிய ஆராய்ச்சி நால்வருணச் செய்திகளோடு மிகுந்த தொடர்புடையது. இராசமாணிக்கனார், மு. வரதராசன், கே.கே. பிள்ளை, கா. மீனாட்சிசுந்தரன், ச. அகத்தியலிங்கம் முதலியோர் தொல்காப்பியம் சங்க இலக்கியங்களுக்கெல்லாம் முந்தியது என்ற கருத்தை முன்வைத்துள்ளனர் (செ.வை. சண்முகம் 1989). ஆயின் கைலாசபதி, கா. சிவத்தம்பி, சிவராசப் பிள்ளை, வையாபுரிப் பிள்ளை, கமில் சுவலபில் முதலியோர் தொல்காப்பியம் முதல் இலக்கண நூலே தவிர முதல் தமிழ் நூல் அன்று எனவும் சங்க இலக்கியத்திற்கும் பிந்தியது என்றும் கருத்தை முன்மொழிந்துள்ளனர். தெ.பொ. மீனாட்சிசுந்தரன் (1982:69) தொல்காப்பியம் என்பது தனிப்பட்ட ஒருவரால் எழுதப்பட்டது என்பதைவிடக் காலப்போக்கில் சில சிந்தனைப் போக்குகளை வளர்த்துக் கொண்டு வரும் ஓர் இலக்கணக் கோட்பாட்டினரின் கூட்டு முயற்சியால் உருவான ஒன்றாக இருக்கக்கூடும் என்று கூறியுள்ளார். தொல்காப்பியம் ஒரு நீள் பாரம்பரியத்தால் மீண்டும் மீண்டும் எழுதப் பெற்றுப் பின்னரே முழுமை பெற்ற நூலாக நிறுவனவயப்பட்டிருக்க வேண்டும் எனவும் இந்நூலுக்கான பாயிரம் உருவாக்கப் பெற்றதோடு இதன் வளர்ச்சி முழுமை பெற்றிருக்க வேண்டும் எனவும் கருத்தொன்று உண்டு (சிலம்பு நா. செல்வராசு 1998).

தொல்காப்பியம் ஒருவரால் எழுதப் பெற்றது, பலரால் எழுதப் பெற்றது, சங்க காலத்திற்கு முந்தையது, பிந்தையது என்ற காலநிலை உரைக்கும் கருத்துப் போக்குகள் ஒருபுறம் நிற்க; தொல்காப்பியம் எத்தகைய சமூக அமைப்பைப் பெரிதும்

பிரதிபலிக்கிறது, எத்தகைய சமூக அமைப்பில் உருவாக்கம் பெற்றுள்ளது என்ற வினாக்களுக்கான விடைகளைத் தொல்காப்பிய உள்ளடக்கத்தில் தேடும்போது இக்கட்டுரைக்கான விடையை எளிதில் எட்டிவிட முடியும். மனித சமூகத்தின் பரிணாம வளர்ச்சியை உணவு சேகரிப்பு வேட்டைச் சமூக அமைப்பில் தொடங்கி ஆநிரை உடைமை நில உடைமையும் வணிகமும் இணைந்த சமூகம் எனத் தமிழ்ச் சமூக அமைப்புப் பரிணாம வளர்ச்சியைப் பெற்றது. தமிழ்ச் சமூகப் பரிணாம அமைப்பில் உருப்பெற்ற இலக்கியங்களை மலர்க்குறியீட்டின் மூலம் பண்டைய இலக்கண ஆசிரியர்கள் உணர்த்தியுள்ளனர். வேட்டைச் சமூக அமைப்பைக் குறிஞ்சித் திணையின் மூலமும், ஆநிரைச் சமூக அமைப்பை முல்லைத் திணையின் மூலமும், பண்டைய படைப்பாளிகள் உணர்த்தினர். இத்திணையில் அமைந்த பாடல்கள் அச்சமூக அமைப்பு மறைந்து அல்லது உருமாறிய பின்பும் கூடப் புலவர்களால் பாடப்பெற்றன.

மேலே சொன்ன வேட்டைச் சமூகக் குறிஞ்சியையும் ஆநிரைச் சமூக முல்லையையும் நிலவுடைமைச் சமூக மருதத்தையும் ஆகிய மூன்றையும் மட்டுமே தொல்காப்பியம் முதன்மைப்படுத்தியுள்ளது. வணிகச் சமூக அமைப்பைத் தொல்காப்பியம் அங்கொன்றும் இங்கொன்றுமாக மட்டுமே தொட்டுச் செல்கிறது. வணிகச் சமூக அமைப்பை விளக்கும் பாலையும் நெய்தலும் சங்க இலக்கியங்களால் பெரிதும் விளக்கமுற்றுள்ளன.

தொல்காப்பியப் பொருளாதிகார அமைப்பைக் கூர்ந்து நோக்கும்போது நிலவுடைமைக் காலமாகிய மருதச் சமூக அமைப்பையும் அதற்கு முந்தைய சமூக அமைப்புகளையும் உட்கொண்டு மருதச் சமூக அமைப்பை முதன்மைப்படுத்தி அது உருவாக்கப் பெற்றதை உணர முடியும் *(சிலம்பு நா. செல்வராசு 1999).*

ஆயர் வேட்டுவர் ஆடுஉத் திணைப் பெயர்
ஆவயின் வரும் கிழவரும் உளரே (பொருள் 23)

என்ற தொல்காப்பிய நூற்பா தொல்காப்பியம் எந்தச் சமூக அமைப்பில் காலூன்றி நின்று பேசியுள்ளது என்பதை விவரிக்கும். ஆண் மக்களின் பெயரைத் திணை அடிப்படையில் வகைப்படுத்தும் இந்நூற்பா முல்லைத் திணைக்கு ஆயர் என்ற பெயரையும் குறிஞ்சித் திணைக்கு வேட்டுவர் என்ற பெயரையும் வகைப்படுத்தியுள்ளது. இவ்வகைப்பாடு தொல்காப்பியத்திற்கு முன்பு உள்ள வரையறை ஆகும். அப்பெயர்களோடு மருதத் திணைப் பெயராகிய கிழவன் என்பதையும் தொல்காப்பியர்

உடன் வைத்து எண்ணுகிறார். கிழவன் பெயர்க் குறியீடு தொல்காப்பியக் காலப் பெயரீடு; ஆநிரைச் சமூக அமைப்பிலோ அதற்கு முந்தியோ இல்லாத பெயரீடு. தொல்காப்பியம் தமது காலத்துக்கு முந்தைய குறிஞ்சி, முல்லைச் சமூகச் செய்திகளையும் பெற்றுத் தம் சமகால மருதச் சமூக அமைப்புச் செய்திகளையும் இணைத்து இலக்கணம் செய்துள்ளதையே மேல் நூற்பா சுட்டுவதாகக் கொள்ள வேண்டும் (சிலம்பு நா. செல்வராசு 1994). பாலை, நெய்தல் பற்றிய பெயரீடுகள் சரிவர உருப் பெறாத காரணத்தால் அப்பெயர்களைச் சுட்டிக் கூறாமல்,

> ஏனோர் மருங்கினும் எண்ணுங்காலை
> ஆனா வகைய திணைநிலைப் பெயரே (பொருள் 14)

எனப் பொதுப்பட மொழிந்ததை அறிய வேண்டும். எனவே தொல்காப்பியர் காலத்தில் கடல் வணிகம், தரை வழி வணிகம் உள்ளிட்ட வணிகச் சமூகம் நன்கு உணரப் பெறாததை உணர வேண்டும்.

வணிகத்தைப் பற்றி மிகச் சில குறிப்புகளே தொல்காப்பியத்தில் இடம்பெற்றுள்ளன. 'முந்நீர் வழக்கம் மகடூஉவொடு இல்லை' (பொருள் 27) என்று கடல் வழிப் பிரிவையும் 'ஒன்றாத் தமரினும் பருவத்தும் சுரத்தும்' என்று தரைவழிப் பிரிவையும் (பொருள் 44) தொல்காப்பியம் கடல் வணிகம், தரைவழி வணிகம் என்ற பொருண்மைப்படக் குறிப்பிட்டுள்ளதா என்பதைத் தெளிவுபடுத்த இயலவில்லை. இவை வணிக அமைப்பைச் சுட்டியிருந்தாலும் ஏனைய செய்திகள் பற்றிய விளக்கங்கள் கிடைக்கவில்லை. 'அறுவகைப்பட்ட பார்ப்பனப் பக்கம்' என்ற நூற்பாவில் 'இருமூன்று மரபின் ஏனோர் பக்கம்' என்று கூறும் தொல்காப்பியம் (பொருள் 74) வணிகம் பற்றி எந்தச் செய்தியைக் கூற வருகிறது என்பதை மூலநூல் அடிப்படையில் நிறுவ இயலாது; உரையாசிரியர் வழிதான் நிறுவ இயலும்.

ஆனால் சங்க இலக்கியங்கள் பொருள் தேடல், தரைவழி வணிகம் பற்றி நிரம்பப் பேசியுள்ளன. மதுரைக் காஞ்சி, பட்டினப்பாலை ஆகியன வணிக அமைப்பின் பெருவளர்ச்சியைச் சுட்டியுள்ளன. சிலப்பதிகாரம் வணிகச் சமூக அமைப்பு நன்கு கட்டப்பட்டிருந்தமையை அச்சமூக அமைப்பின் உச்சநிலையைப் பிரதிபலிக்கின்றது. எனவே தொல்காப்பியர் காலத்தில் வணிக வர்க்கத்தைப் பற்றி எந்த அளவுக்கு எண்ணியிருக்க முடியும் என்பது தெளிவற்ற விடைக்குரிய வினாவாகும். ஆகத் தொல்காப்பியம் மருதநிலச் சமூகத்தையே முதன்மைப்படுத்தியுள்ளது என்று முடிவிற்கு வரமுடிகிறது.

தொல்காப்பியர் காலத் தமிழ்ச்சமூக அமைப்பு வருணத்தை ஏற்றுக்கொண்டதா?

தொல்காப்பியர் கால மருதச் சமூக அமைப்பு நால்வருணப் பாகுபாட்டை ஏற்றுக்கொண்டிருந்ததா? ஏற்றத்தாழ்வு மிக்க சமுதாயமாக அது விளங்கியதா? என்ற வினாக்களுக்கு விடை காண்பது இக்கட்டுரைப் போக்கிற்கு இன்றியமையாதது. தொல்காப்பியர் கால மருதச் சமூக அமைப்பிற்கும் பிற்கால நிலவுடைமைச் சமூக அமைப்பிற்கும் பெருத்த வேறுபாடு உண்டு. (காடு கொன்று நாடாக்கி, குளம் தொட்டு வளம் பெருக்கிய தொடக்கக் கால மருதச் சமூகத்தைத்தான் தொல்காப்பியம் விவரித்துள்ளது.) நிலங்கள் தனியுடைமை ஆகித் தனியுடைமையை நியாயப்படுத்தும் அறங்கள் நிலைபெற்று உழைக்கும் இனமக்கள் கீழே தள்ளப்பெற்ற பிற்காலத் தனியுடைமை நிலையிலிருந்து முற்றிலும் அது வேறுபட்டு இருந்தது.

சங்க காலச் சமூக அமைப்பில் குறுநில ஆட்சி அமைப்புகளே பெரிதும் ஆதிக்கம் செலுத்தி இருந்தன. கடையெழு வள்ளல்கள் அன்றிக் குறுநிலங்களுக்கு உரிமை உடைய தலைவர்கள் பலர் வாழ்ந்தனர். இவர்களைச் சீறூர் மன்னன் (புறம் 197) சீறூர் மதவலி (புறம் 331) சீறூர் நெடுந்தகை (புறம் 324) என்று சங்க இலக்கியம் குறிப்பிட்டுள்ளது. இச்சீறூர்த் தலைமையிலிருந்து குறுநில மன்னர்களும் குறுநிலத் தலைமையிலிருந்து முடியுடை வேந்தரும் தோன்றியுள்ளனர் (கா.சுப்பிரமணியன் 1982: 50). இந்தச் சமூக அமைப்புப் பற்றி நா.வானமாமலை கூறுவது வருமாறு:

சங்க காலத்தில் மருதநில வாழ்க்கை, பிற நில வாழ்க்கை களில் எல்லாம் செழிப்பு மிக்கதாய் இருந்தது. இங்குக் குழு வாழ்க்கை அழிந்து அரசு தோன்றியது. பிற மக்களையும் அரசியல் இணைத்துக் கொள்ளப் பல போர்கள் நிகழ்ந்தன (நா. வானமாமலை 1971).

சங்ககால அமைப்பு மருத நில வள அமைப்பாக இருந்து பின்னரே நிறுவனவயப்பட்ட அரசு உருவாக வாய்ப்பாக இருந்தது. நிலங்களை உழவுக்குப் பக்குவப்படுத்திய குறுநில மருதச் சமூக அமைப்புகளில் வீடுதோறும் நெற்குதிர்கள் காணப்பட்டன. பழம் பசியே அறியாத நிலையான குடியிருப்பாக விளங்கின. வருவோரும் போவோரும் வெண்ணெல் சோற்றோடு கோழிப் பொரியலையும் பெற்றனர்; எருதுடைய உழவர் தங்கையர் உறவுமுறை சொல்லி உபசரித்தனர் (பெரும்பாண். 197-262). இவ்வாறான மருதநில வாழ்க்கையை மிக அழகாக ஆற்றுப்படை நூல்கள் படம் பிடித்துக் காட்டியுள்ளன.

இத்தகு சமூக அமைப்பைப் பிரதிபலிக்கும் தொல்காப்பியம் வேளாண் வாழ்க்கையை முதன்மையாக உடைய வேளாளரைச் சூத்திரர் என்று கடைநிலையில் வைத்துக் கூறியுள்ளதா என்ற வினா விரிவாக ஆராயப்பட வேண்டிய ஒன்றாகும்.

சங்க கால இறுதியில் குறுநில, சீறூர் அமைப்புகள் சிதைந்து அரசு நிறுவனம் கால்கொண்டு விட்டதையும் மதுரையை மையமிட்ட அரசு விரிவாக்கம் நிகழ்ந்ததையும் சங்க இலக்கியங் களும் சங்கம் மருவிய கால இலக்கியங்களும் விளக்கி உள்ளன (சிலம்பு நா. செல்வராசு 1988). அரசு நிறுவனமாக மாறிய சமூக அமைப்பில்தான் வணிகம் செழித்தோங்கி இருந்தது; உடைமை வர்க்க உருவாக்கம் காரணமாகப் பொருளாதார ஏற்றத்தாழ்வு மிக்க சமூக அமைப்பு நிலவியது. எனவே இக்காலக் கட்டத்தில்தான் ஏற்றத்தாழ்வு நிறைந்த சமூக அமைப்பு ஏற்பட்டிருக்க வேண்டும். இதன் தொடர்ச்சியாகவே சாதியப் பாகுபாடு பரிமாணம் பெற்றிருக்க வேண்டும்.

தொல்காப்பியம் சுட்டியுள்ள வருணப் பாகுபாடு, தொல்காப்பியம் உருவான காலமாகக் கருதப் பெறும் மருதநில அல்லது குறுநிலச் சமூக அமைப்பைப் பிரதிபலிக்கிறதா அல்லது அரசு நிறுவனச் சமூக அமைப்பின் சாதிய நிலைகளைப் பிரதிபலிக்கிறதா என்ற விளக்கங்களைக் காண வேண்டியுள்ளது. இதற்கும் முன்பாகத் தொல்காப்பியம் கூறியுள்ள வருணம் பற்றிய செய்திகளுக்கும் வடமொழியில் கூறப்பெற்றுள்ள வருணம் பற்றிய செய்திகளுக்கும் இடையே உள்ள பொருள் உறவை அறிய வேண்டியது அவசியமாகிறது. அது வருமாறு:

	தொல்காப்பியம்	**மனுதர்மம்**
1. அந்தணர் / பிராமணர்	நூல், கரகம், முக்கோல் மனை ஆகியன அந்தணர்க்கு உரியன	தேவஞானம், வேதம் ஓதல் ஓதுவித்தல், வேள்வி புரிதல் புரிவித்தல், செல்வம் ஈதல் ஏற்றல் ஆகியன பிராமணர்க்கு உரியன
2. அரசர் / சத்திரியர்	படை, கொடி, குடை, முரசு, புலி, களிறு, தேர், தார், முடி ஆகியன அரசர்க்கு உரியன	உலகை ஆளுதல், மக்களைக் காத்தல், கொடை, வேள்வி பயிற்றுவித்தல் எவற்றாலும் ஈர்க்கப் படாத திடமனத்தின ராய் இருத்தல்.

3. வணிகர் / வைசிகர்	வணிகன் வணிக வாழ்க்கையை மேற்கொள்வான். எண் வகை உணவுகளை உண்டாக்குகிற தொழிலும் வணிகர்க்கு உரியது. வைசியர்க்குக் கண்ணியும் உரியன. அரசர் வணிகர் இருவரும் படைக்கல வகையைப் பெறுவர்.	செல்வம் தேடுதல், கடல் மலை விளைபொருள் முதலியன கொண்டு வணிகம் செய்தல், தானம் செய்தல், ஆநிரை காத்தல் பயிர்த்தொழில், வட்டித் தொழில் செய்தல் முதலியன வைசியர்க்குரியன.
4. வேளாளர் / சூத்திரர்	பயிர்த்தொழில் செய்து வாழ்தல் அல்லது பிற வகைத் தொழில் வேளாளர்க்கு இல்லை	பிராமணர், சத்திரியர், வைசியர் ஆகிய மூவர்க்கும் மனம் கோணாமல் பொறாமை இன்றிப் பணிபுரிதல்

தொல்காப்பியம் சுட்டும் அந்தணர்க்கும், வடமொழி இலக்கியங்கள் சுட்டும் வருணப் பார்ப்பனருக்கும் வேறுபாடு உண்டு. நூல், கரகம், முக்கோல், மனை என்று கருவிகள் மட்டுமே தொல்காப்பியத்தில் சுட்டப் பெறுகின்றன. வேதங்களில் பிற்கால வடமொழி இலக்கியங்களில் கூறப்பட்டுள்ள வேதம் ஓதல், வேள்வி புரிதல் பற்றித் தொல்காப்பியம் சுட்டிக் கூறாதது ஏன் என்று புரியவில்லை. 'ஓதலும் தூதும் உயர்ந்தோர் மேன' (பொருள் 28) என்ற தொல்காப்பிய நூற்பா ஓதல், உயர்ந்தோர் எனும் இரு சொல்லாட்சிகளைப் பெற்று விளங்குகிறது. இச்சொல்லாட்சியில் ஓதல் என்பது வேதம் ஓதுதலைக் குறிப்பதாக உரையாசிரியர் கருதுவர். தமிழ் அக இலக்கியங்கள் பற்றிய இலக்கணம் கூறவந்த தொல்காப்பியர் தமிழ் அகமாந்தர் பற்றிய விளக்கங்களில் வேதங்கள் இடம்பெற்றது எவ்வாறு என்பது புலனாகுமாறு இல்லை. சங்க இலக்கிய அகமாந்தர் எவரும் வேதம் ஓதியதாகக் குறிப்பு ஒன்று கூடக் கிட்டவில்லை. உயர்ந்தோர் எனும் பொதுவான சொல்லாட்சி யாரைக் குறிப்பிடுகிறது என்பதும் தெரியவில்லை. இந்நூற்பாவில் உயர்ந்தோர் எனப்படுபவர் அந்தணர், அரசர், வணிகர் ஆகியோர் என்று கூறும் நச்சினார்க்கினியர் உயர்ந்தோர்க்குரிய ஓத்தினான (பொருள் 31) என்ற நூற்பாவில் வரும் உயர்ந்தோர் என்பதற்கு அந்தணர், அரசர், வணிகர், உயர்ந்த வேளாளர் என்று நால்வருணத்தாரையும் குறிப்பிடுவர். இவ்வுரை விளக்கத்தில் உள்ள வேறுபாடும் கவனிக்கத்தக்கது. அறுவகைப்பட்ட பார்ப்பனப் பக்கம் எனும் புறத்திணை நூற்பா (பொருள் 74) அந்தணரின் அறுவகைப்பாட்டைக்

கூறுகிறது. அறுவகை எது என்பது புலனாகுமாறில்லை. உரையாசிரியர்கள் ஓதல், ஓதுவித்தல், வேட்டல், வேட்பித்தல், ஈதல், ஏற்றல் என்பனவே அறுவகை என உரை எழுதினர். ஆயின் தொல்காப்பியரின் கருத்து இதுவா என்பது தெரியவில்லை. வடமொழி இலக்கியங்களில் தலைமை இடம் பெற்றிருந்த வேள்வி செய்தல் பற்றித் தொல்காப்பியப் புறத்திணையில் எந்தக் குறிப்பையும் வழங்கவில்லை. மாந்தர்கள் வேள்வியால் சிறப்படைந்தார்கள் என்பதற்கு அவ்வியல் ஒரு சான்றைக் கூடச் சுட்டவில்லை.

தொல்காப்பியம் சுட்டும் அரசர் பற்றிய செய்திகளுக்கும் நால் வருணச் சத்திரியர் பற்றிய செய்திகளுக்கும் வேறுபாடு உள்ளது. தொல்காப்பியம் அரசர்தம் கருவிகள் பற்றி மட்டுமே கூறியுள்ளது. ஐவகை மரபின் அரசர் பக்கம் எனும் புறத்திணையியல் நூற்பா (பொருள் 74) அரசர்தம் ஐவகைப் பாட்டைக் கூறுகின்றது. ஆயின் ஐந்து வகை எவை என்பது வெளிப்படையாக இல்லை. ஓதல், வேட்டல், ஈதல், படை வழங்கல், குடியோம்புதல் என்பனவே அவை என்பர் இளம்பூரணர். ஆயின் தமிழகப் பண்டைய மன்னர்தம் வழக்காறுகளை நிரல்படத் தொகுத்துக் கூறும் தொல்காப்பியப் புறத்திணையியல், மன்னர்கள் ஓதியதாகவோ, வேள்வி செய்ததாகவோ எந்தவிதக் குறிப்பையும் வழங்கவில்லை. மிகத் தெளிவாகப் பண்டைத் தமிழக மன்னர்கள் தலைவர்கள் பற்றிய அரச வர்க்கத்தின் பரிணாம வளர்ச்சியையே அப்புறத்திணையியல் விளக்குகிறது. அவ்விளக்கத்தில் மரபியலில் வருண அரசர்க்கு உரியதாகக் கூறப்பட்ட கருவிகளும் அடங்கும். அடங்கவே இரு இடங்களில் இக்கருவிகள் கூறப்பட்டதன் காரணமும் விளங்கவில்லை.

அரசர், அந்தணர் ஆகியோர்க்குரிய கருவிகளைக் கூறி வந்த தொல்காப்பியர் வணிகர்க்குரிய செயல்கள் எவை என்பதைச் சொல்லியுள்ளார். வணிகர்க்கு வணிகம் மட்டும் இன்றி உழவுத் தொழிலும் உண்டு என்பதும் அவர் கருத்து. எண்வகை உணவு உற்பத்தியில் நெல்லும் ஒன்று. வணிகர் வைசியர் குறித்து வடமொழிக் கருத்துகள் சில ஒத்துப் போகின்றன. ஆயின் முன்பு குறிப்பிட்டது போல வணிக வாழ்க்கையைப் பற்றித் தொல்காப்பியம் பெரிதும் பேசவில்லை என்பதே உண்மை. பொருள்வயிற் பிரிவைக் கற்பியலில் (பொருள் 144) தொல்காப்பியர் கூறியுள்ளார் என்றாலும் பொருள் ஈட்டும் தலைமகன் வணிகனாக மட்டுமே சித்திரிக்கப்படவில்லை. அவன் குறுநிலத் தலைவன் அல்லது தலைவனாகவும், வேளாண்மைக்குரியவனாகவும் அல்லது மருதநிலத் தலைவனாகவும் சித்திரிக்கப்பட்டுள்ளான்.

தொல்காப்பியர் கூறிய வேளாளர்க்கும் வடமொழி வருணச் சூத்திரருக்கும் பெரிய வேறுபாடு உண்டு. வேளாண் மாந்தர் உழவுத் தொழிலுக்குரியவர் ஆவர். ஆனால் சூத்திரர், ஏனைய மூவராகிய பிராமணர், சத்திரியர், வைசியர் ஆகிய மூவர்க்கும் ஏவல் தொழில் புரிபவராக வடமொழி வருணம் வரையறுக்கும். வேளாளர் அடிமைத் தொழில் புரிபவராகக் காட்டுவதற்குச் சங்க இலக்கியத்தில் சான்றுகள் இல்லை. இருமூன்று மரபின் ஏனோர் பக்கம் (பொருள் 74) எனும் நூற்பா வணிகர் வேளாளர்க்குரிய ஆறுவகை மரபுகளைக் கூறுகிறது. இந்த ஆறுவகை மரபு எவை என்பது வெளிப்படையாகத் தெரியவில்லை என்றாலும் உழவு, உழவு ஒழிந்த தொழில், விருந்தோம்பல், பகடு புறந்தருதல், வழிபாடு, வேதம் ஒழிந்த கல்வி என வேளாளர்க்குரிய ஆறுவகை மரபுகளை இளம்பூரணர் வரையறுப்பர். இவ்வரையறை இளம்பூரணர் காலத்துச் சமூக மரபாகவே கொள்ள இயலும். ஏரோர் களவழி அன்றிக் களவழித் தேரோர் தோன்றிய வென்றியும் (பொருள் 75) என்ற புறத்திணை இயல் நூற்பா ஏர் கொண்டு உழவுத் தொழில் செய்யும் உழவரின் ஏர்க்களவழி என்னும் சடங்கை விவரிக்கிறது. இந்நூற்பா வழி உழவரும் படைமன்னரும் இணையான தகுதிப்பாட்டிற்குரியவராகக் காட்சிப்படுத்தப்படுகின்றனர். மேலும் 'பகட்டினானும் ஆவினானும் துகட்டபு சிறப்பின் சான்றோர் பக்கமும்' (பொருள் 75) என்ற நூற்பா வணிகரையும், வேளாண் மாந்தரையும் சான்றோர் என்று எடுத்து மொழிகிறது. 'அன்ன ராயினும் இழிந்தோர்க் கில்லை' என்ற நூற்பா (பொருள் 629) இழிந்தோர் என்ற சொல்லைக் குறிப்பிட்டுள்ளது. இதற்கு உரை எழுதும் பேராசிரியர், 'மன்னர் போலும் செல்வத்தாராகிய இழிகுலத்தோர் நாடாண்டாராயினும் அவர்க்கு வில், வேல், கழல், கண்ணி முதலியன கூறப்படா' என்று உரை எழுதுவர். இவர் இழிந்தோர் என்பதற்கு இழிகுலத்தோர் எனப் பொருள் உரைத்தனர்.

ஆயின் இப்பொருள்கோடல் பொருந்துமாறில்லை. வில், வேல், கழல், கண்ணி, தேர், மா முதலியன அரசர்க்கு உரியன (பொருள் 616) என்று கூறிய தொல்காப்பியர் 'அந்தணாளர்க்கு அரசு வரைவின்றே' (பொருள் 627) என்ற நூற்பா மூலம் மேல் கருவிகள் அந்தணர்க்குமுரியன என்பதை உணர வைத்தார். உணர வைத்து மரபியல் நூற்பா ஒன்றின் மூலம் (பொருள் 628) மேல் கருவிகள் ஏனோர்க்கும் உரியவை என்று விளக்கி அவை வணிகர்க்கும் வேளாளர்க்கும் உரியவை என்பதைப் புரிய வைத்தார். இதற்கு அடுத்து வருவதே அன்னராயினும் இழிந்தோர்க்கு இல்லை என்ற நூற்பா (பொருள் 629) ஆகும். இந்நூற்பாவிற்கு இளம்பூரணர்

வில் முதலியன பெற்ற மரபினராயினும்
நான்கு குலத்திலும் இழிந்த மாந்தர்க்கு
அவை உளவாகக் கூறப்படா

என்று உரை வரைந்தனர். எனவே இழிந்தோர் என்பதற்கு நான்கு வருணத்திலும் உள்ள இழிபண்பாளர் தம்மையே குறிப்பதாகும்; மாறாக இழிந்த குலத்தைக் குறிப்பது ஆகாது.

மேலோர், கீழோர் என்ற தொல்காப்பியச் சொல்லாட்சிகள் (பொருள் 142) மேன்மக்கள் கீழ்மக்கள் என்ற பண்பைக் குறித்துக் கையாளப் பெற்றுள்ளனவா என்பதை அறிவதும் இங்குத் தேவையானது.

மேலோர் மூவர்க்கும் புணர்த்த கரணம்
கீழோர்க் காகிய காலமும் உண்டே

என்ற தொல்காப்பிய நூற்பா (பொருள் 142) திருமணச் சடங்குகள் தோன்றிய நிலையை விவரிக்கிறது. இதற்கு இளம்பூரணர்,

மேற்குலத்தாராகிய அந்தணர், அரசர், வணிகர் எனும் மூன்று வருணத்தார்க்கும் புணர்த்த கரணம் கீழோராகிய வேளாண் மாந்தர்க்கும் ஆகிய காலமும் உண்டு என்று உரை எழுதுவர். ஆயின் மேலோர் கீழோர் ஆகிய சொல்லாட்சிகள் பண்பையோ குலத்தையோ ஈண்டுச் சுட்ட வில்லை. மேலே உள்ள மூவர் என்றும் இதற்கும் கீழே உள்ளவர் என்றும் எண்ணிக்கை வரிசையையே இச்சொல்லாட்சிகள் குறிப்பிட்டுள்ளன.

இழிபிறப்பு, இழிகுலம், இழிபண்பு ஆகிய அடிப்படைகளைக் கொண்டு தொல்காப்பியம் எந்த ஓர் இடத்திலும் வேளாண் மாந்தரைச் சுட்டியதற்குச் சான்றுகள் இல்லை. எனவே வருணம் குறிப்பிடும் சூத்திரர் வேறு; தொல்காப்பியம் குறிப்பிடும் வேளாளர் வேறு என்பதை அறிய முடிகின்றது.

வருணம் வேறு தொல்காப்பியர் காலத் தமிழ்ச்சமூகப் பிரிவுகள் வேறு

தொல்காப்பியர் வாழ்ந்த காலத்தில் சில சமூகப் பிரிவுகள் நிலவி இருந்தன. ஆயர், வேட்டுவர், கிழவர் என அவர்களை நில அடிப்படையில் பாகுபடுத்தித் தொல்காப்பியர் கூறியுள்ளார். ஆயர் முல்லை நிலத்திலும், வேட்டுவர் மலை நிலத்திலும், கிழவர் மருத நிலத்திலும் வாழ்ந்துள்ளனர் (பொருள் 23). இப்பகுப்பு முறையே அன்றி, அரசர், அந்தணர், வணிகர், வேளாளர், அறிவன் எனப்படும் கணியர், தாபதர், வீரர் ஆகிய பிரிவுகளை யும் புறத்திணை இயலில் தொல்காப்பியர் சுட்டியுள்ளார் (பொருள் 74). மேலும் பாணர், கூத்தர், விறலியர் (பொருள்

88) முதலிய தொல்குடிப் பிரிவினரும் தொல்காப்பியத்துள் இடம்பெற்று உள்ளனர். இவரே அன்றி மரபியலில் நால் வருணப் பிரிவினரையும் வகைப்படுத்தி உள்ளார்.

தொல்காப்பியக் காலத்திற்குப் பிந்தைய நிலையில் பல்வேறு தொழிற் பிரிவினரைச் சங்க இலக்கியங்கள் சுட்டியுள்ளன. கொல்லன் (நற் 133), தச்சன் (புறம் 206), கம்மியன் (மது 512), குயவன் (புறம் 228), புலையன் (வண்ணார்) (புறம் 311), மருத்துவன் (கலி. 137) முதலான பல்வேறு பிரிவினர் சங்க காலத்தில் வாழ்ந்துள்ளனர்.

இந்தப் பிரிவுகள் எதுவும் எந்த வருணத்தைச் சேர்ந்தவை அல்லது இந்தப் பிரிவு இந்த வருணத்திற்குரியது என்ற குறிப்பு பண்டைய தமிழிலக்கிய வரலாற்றில் இடம்பெறவில்லை. மாறாக இந்தப் பிரிவுகளோடு ஒன்றாமல் வருணப் பிரிவுகள் துண்டாகத் தனியே பதிவாகியுள்ளன. பதிவானபோதும் கூட இவற்றிற்கிடையே சில வேறுபாடுகள் காணப்படுகின்றன. அரசரையும், போர் வீரர்களையும் சேர்த்தே சத்திரியர் என்ற பகுப்பு காணப்படுகிறது. ஆனால் தொல்காப்பியர் அரசரைத் தனியாகவும் பொருநராகிய மறவரைத் தனியாகவும் பிரித்துள்ளார் (பொருள் 74).

தொல்காப்பியத்தில் இடம்பெற்ற நால் வருணச் செய்தி களை இடைச்செருகல் என எளிதாக ஒதுக்கி விடுவதற்கு இல்லை. தொல்காப்பிய மூலம் ஐயத்திற்கு அப்பாற்பட்டதாகக் கருதப்படாவிட்டாலும் (தொ. பரமசிவம் 1999) இப்பொழுது உள்ள நிலையில் வைத்துதான் தொல்காப்பிய மூலத்தை விளக்க வேண்டியுள்ளது. அவ்வகையில் தொல்காப்பியம் தோன்றியதாகக் கருதப்படுகிற மருதநிலச் சமூக அமைப்பு நால் வருணத்தை ஏற்றுக் கொண்டிருந்ததா என்ற வினாவிற்கு இறுதியாக விடை காண வேண்டியுள்ளது. தொல்காப்பியம் தோன்றிய மருதச் சமூகம் பற்றி விரிவாக ஆராய்ந்திட இது இடமில்லை என்றாலும் அச்சமூகம் திணைவாழ் மக்களையே கொண்டிருந்தது என்பதைத் தொல்காப்பிய மூலத்தாலும் சங்க இலக்கியங்களாலும் உணரலாம். மருதச் சமூக அமைப்பின் உற்பத்தி உறவுகள் பொருளாதார மேம்பாட்டையும் அதன் வழி ஏற்படுத்தி இருந்தது. இந்த அமைப்பிற்குத்தகத் தொழில் வழியே வேளாண் சார்ந்த தொழில் வழியே சில பிரிவுகள் தோன்றி யிருந்தன. சமூகத்தின் மைய அச்சாக விளங்கிய வேளாண் மாந்தரைக் கடைநிலைப்பட்டவராக அல்லது இழிகுலத்தாராகத் தொல்காப்பியர் எந்தவிடத்திலும் குறிப்பிடவில்லை. இது நால் வருணக் கோட்பாட்டிலிருந்து முற்றிலும் மாறுபட்டது. அரசர்

என்ற ஒரு தனியினம் வடமொழியில் ஏற்பட்டு இருந்ததைப் போன்று தமிழ்நாட்டில் இல்லை. தமிழ்நாட்டுப் பிரிவுகளை வருணப் பிரிவிற்குள் அடக்கிக் கூற முயன்றுள்ளதையே மரபியல் நூற்பாக்கள் பேசுகின்றன. அன்றி நால் வருணம் தமிழ்நாட்டில் நிலைபெற்றிருநததமைக்கான சான்றுகள் இல்லை.

நால்வருணத்தின் உருவாக்கமாகிய வடமொழியிலேயே அது பற்றிய தெளிவான கோட்பாடுகள் முரண்பாடின்றிக் கிடைக்காதபோது தொல்காப்பியம் கூறியதனாலேயே தமிழ்நாட்டில் பண்டு நால்வருணம் நிலை பெற்றிருந்தது என்று வாதிட முடியாது. இதற்குச் சான்றுகளும் இல்லை.

துணை நூல்கள்

1. அம்பேத்கர், 1946, *மறைக்கப்பட்ட மண்ணின் மைந்தர்கள் வரலாறு*, பெங்களூர்: தலித் சாகித்திய அகாதெமி.
2. அம்பேத்கர், 1992, (மொ.பெ.), *இந்து இசத்தின் தத்துவம்*, திருப்பூர்: சமூக நீதிப் பதிப்பகம்.
3. அருணாசலம், ப., 1975. *தொல்காப்பியர்*, சென்னை: தமிழ்ப் புத்தகாலயம்.
4. அருணாசலம், மு., 1994. *தொல்காப்பியம் பொருளதிகாரம் அகத்திணையியல் உரைவளம்*, மதுரை: மதுரை காமராசர் பல்கலைக்கழகம்.
5. அறவாணன், க.ப., 1972. *புரட்சிப் பொறிகள்*, சென்னை: தமிழ்க் கோட்டம்.
6. அறவாணன், க.ப., 1978. *அற்றை நாட் காதலும் வீரமும்*, சென்னை: தமிழ்க்கோட்டம்.
7. அறவாணன், க.ப., 1991. *தமிழர் மேல் நிகழ்ந்த பண்பாட்டுப் படையெடுப்புகள்*, புதுச்சேரி: தமிழ்க்கோட்டம்.
8. அறவேந்தன், இரா., 1999. *தமிழ் சிங்கள இலக்கண உறவு*, விழுப்புரம்: தாயறம்.
9. இராகவையங்கார். மு., 1922. *தொல்காப்பியப் பொருளதிகார ஆராய்ச்சி*, மதுரை: தமிழ்ச்சங்க முத்திரா சாலை.
10. இராசமாணிக்கனார், மா., 1944. *பல்லவர் வரலாறு*, சென்னை: சைவ சித்தாந்த நூற்பதிப்புக் கழகம்.
11. இராசமாணிக்கனார், மா., 1963, *தமிழ்மொழி இலக்கிய வரலாறு*, சென்னை: பாரி நிலையம்.

12. இராசாராம், சு., 1992. வீரசோழிய இலக்கணக் கோட்பாடு, நாகர்கோவில்: இராகவேந்திரா.

13. இலக்குவனார், 1963. தொல்காப்பிய ஆராய்ச்சி, புதுக்கோட்டை: வள்ளுவர் பதிப்பகம்

14. எட்கர் தர்ட்சன், 1986. தென்னிந்தியக் குலங்களும் குடிகளும், இரத்தினம் (மொ.பெ.). தஞ்சாவூர்: தமிழ்ப் பல்கலைக்கழகம்.

15. எட்கர் தர்ட்சன் (தமிழில் க. ரத்னம்) 2001. (1907). தென்னிந்திய மானிடவியல், சிதம்பரம்: மெய்யப்பன் தமிழாய்வகம்.

16. எங்கெல்ஸ். ம., 1884. குடும்பம் தனிச்சொத்து அரசு ஆகியவற்றின் தோற்றம். மாஸ்கோ: முன்னேற்றப் பதிப்பகம்.

17. கிருட்டினசாமி, க., 1983. கூட்டமும் திருமணமும், சென்னை: மக்கள் பதிப்பகம்.

18. குணா, 1988. வகுப்பும் சாதியும் வரணமும், சென்னை: தமிழ்ப் பாசறை.

19. குணா, 2011. தொல்காப்பியத்தின் காலம், வெங்காலூர்: தமிழ் ஆய்வரண்.

20. கைலாசபதி, க., 1966. பண்டைத் தமிழர் வாழ்வும் வழிபாடும், சென்னை: நியு செஞ்சுரி புக் ஹவுஸ்.

21. கோசாம்பி, டி.டி., 1989, பண்டை இந்தியா: வரலாறும் அதன் பண்பாடும், நியூடெல்லி: இந்தியன் கவுன்ஸில் ஆப் ஹிஸ்டாரிகல் ரிசர்ச், சென்னை: நியு செஞ்சுரி புக் ஹவுஸ்.

22. கோபாலையர், தி.வே., 2005. தமிழிலக்கணப் பேரகராதி, அகத்திணை இயல். சென்னை: தமிழ்மண் பதிப்பகம்.

23. சண்முகம், செ.வை., 1989. மொழி வளர்ச்சியும் மொழி உணர்ச்சியும், சென்னை: மணிவாசகர் பதிப்பகம்.

24. சண்முகம், செ.வை., 1994. இலக்கண உருவாக்கம், சென்னை: மணிவாசகர் பதிப்பகம்.

25. சண்முகம், செ.வை., 2021. தொல்காப்பியத்தின் முந்து நூல்கள் அச்சில்

26. சர்மா, ஆர்.எஸ்., 1990, வகுப்புவாத வரலாறும் இராமனின் அயோத்தியும், சென்னை: நியு செஞ்சுரி புக் ஹவுஸ்.

27. சிதம்பரனார், சாமி. 1956. தொல்காப்பியத் தமிழர், சென்னை: ஸ்டார் பிரசுரம்

28. சிவத்தம்பி, கா., 2003. *பண்டைத் தமிழ்ச் சமூகம் வரலாற்றுப் புரிதலை நோக்கி.* சென்னை: மக்கள் வெளியீடு.

29. சிவலிங்கனார், ஆ., 1996. *தொல்காப்பியம் புறத்திணை இயல் உரைவளம்*, சென்னை: உலகத் தமிழாராய்ச்சி நிறுவனம்.

30. சிவலிங்கனார், ஆ., 1998. *தொல்காப்பியம் மெய்ப்பாட்டியல் உரைவளம்*, சென்னை: உலகத் தமிழாராய்ச்சி நிறுவனம்.

31. சிவலிங்கனார், ஆ., 1994. *தொல்காப்பியம் களவியல் உரைவளம்*, சென்னை: உலகத் தமிழாராய்ச்சி நிறுவனம்.

32. சீனிவாச அய்யங்கார், பி.டி., 1930. *பல்லவர் சரித்திரம்*, (ப.வி.இ.)

33. சுப்பிரமணிய சாஸ்திரி, பி.சா., 1945. *தொல்காப்பியம் சொல்லதிகாரம் (ஆங்கிலத் திறனாய்வுரை)* அண்ணாமலை நகர்: அண்ணாமலைப் பல்கலைக் கழகம்.

34. சுப்பிரமணியப் பிள்ளை, கா., 1968. *தொல்காப்பியப் பொருளதிகாரக் கருத்து* (ப.வி.இ.).

35. செல்வராசு, சிலம்பு. நா., 1988. *சமூகவியல் நோக்கில் தமிழ் மரபுகள்*, சென்னை: பாரி நிலையம் (வி.உ).

36. செல்வராசு, சிலம்பு. நா., 2001. *களவியலும் களவு வாழ்க்கையும், தமிழியல் ஆய்வுகள்.* பெங்களூரு: காவ்யா.

37. செல்வராசு, சிலம்பு. நா., 2009. *பண்டைத் தமிழர் திருமண வாழ்க்கை*, சென்னை: காவ்யா.

38. செல்வராசு, சிலம்பு. நா., 2009. *சங்க இலக்கிய மறுவாசிப்பு*, சென்னை: காவ்யா.

39. செல்வராசு, சிலம்பு. நா., 2010. *தொல்காப்பியத்தில் மண முறைகள்*, சென்னை: காவ்யா.

40. செல்வராசு, சிலம்பு. நா., 2016. *தொல்காப்பியப் பாயிரம், சமூகவியல் ஆய்வு.* சென்னை: காவ்யா.

41. செல்வராசு, சிலம்பு. நா., 2018. *அகப் பொருள் கோட்பாடு தொல்காப்பியம் சங்க இலக்கியம் ஒப்பீடு*, சென்னை: நியு செஞ்சுரி புக் ஹவுஸ்.

42. செல்வராசு, சிலம்பு. நா., 2007. *பண்டைச் சமூக உருவாக்கமும் சிலப்பதிகாரத்தின் இலக்கிய அரசியலும்*, தஞ்சாவூர்: அகரம்.

43. சோமசுந்தர பாரதியார், ச., 1942. *தொல்காப்பியப் பொருட்படலம், அகத்திணை இயலும் புதிய உரையும்.* மதுரை: பசுமலை.

44. துரை அரங்கசாமி, மொ.அ., 1960. *சங்க காலச் சிறப்புப் பெயர்கள்*, சென்னை: பாரி நிலையம்.

45. நீலகண்ட சாஸ்திரி, கே.ஏ., 1989. *சோழர்கள்* நியூடெல்லி: இந்தியன் கவுன்ஸில் ஆப் ஹிஸ்டாரிகல் ரிசர்ச், சென்னை: நியு செஞ்சுரி புக் ஹவுஸ்.

46. பக்தவத்சலபாரதி. 2012. *மானிடவியல் கோட்பாடுகள்*, புத்தாநத்தம்: அடையாளம்.

47. பக்தவத்சலபாரதி, 2015. *இலக்கிய மானிடவியல்*, புத்தா நத்தம்: அடையாளம்.

48. பக்தவத்சலபாரதி, 2020. *பண்டைத் தமிழ்ப் பண்பாடு*, புத்தா நத்தம்: அடையாளம்.

49. பாலசுப்பிரமணியன், க., 2015. *தொல்காப்பியத்தின் பழமை: புவியியல் வரலாற்றுச் சான்றுகள்*, சென்னை: அரிமாநோக்கு இதழ்.

50. பாலசுப்பிரமணியன், க., 2020. *தொல்காப்பியத்தின் ஒருமையும் முழுமையும்*, (அச்சில்)

51. பாவெல் பாரதி, 2014. *கீழைத்தேயப் பார்வையில் சங்க இலக்கிய ஆறலை கள்வர் குறித்த சொல்லாடல்கள்*, தமிழிலக்கியத்தில் குற்றப் பரம்பரையினர். மதுரை: மதுரை: பாலை.

52. பெர்ட்ராண்டு ரஸ்ஸல், (மொ. பெ)., 1965. *திருமண முறைகள்*, திருச்சி: பழனியப்பா பிரதர்ஸ்.

53. மதிவாணன், இரா., 2005. *தொல்காப்பியர் காலம்*, சென்னை: திருக்குறள் பதிப்பகம்.

54. மாணிக்கனார், வ.சுப., 1980. *தமிழ்க் காதல்*, சென்னை: பாரி நிலையம்.

55. மாணிக்கனார், வசுப., 1987. *தொல்காப்பியக் கடல்*, சிதம்பரம்: மணிவாசகர் பதிப்பகம்.

56. மீனாட்சி சுந்தரன், தெ.பொ., 1982. *தமிழிலக்கிய வரலாறு*, மதுரை: சர்வோதய இலக்கியப் பண்ணை.

57. ராகுல் சாங்கிருத்தியாயன், 1985, *விஞ்ஞான லோகாயதவாதம்*, சென்னை: நியு செஞ்சுரி புக் ஹவுஸ்.

58. ராகுல் சாங்கிருத்தியாயன், 1991, *ரிக்வேதகால ஆரியர்*, சென்னை: நியு செஞ்சுரி புக் ஹவுஸ்.

59. ராகுல் சாங்கிருத்தியாயன், 1993, *சிந்து முதல் கங்கை வரை*, சென்னை: நியு செஞ்சுரி புக் ஹவுஸ்.

60. ராஜன், கா., 2004. *தொல்லியல் நோக்கில் சங்ககாலம்*, சென்னை: உலகத் தமிழாராய்ச்சி நிறுவனம்.

61. ரெங்கநாதன், வாசு., 2019. *இக்காலத் தொல்காப்பிய மரபு*, சென்னை: நியு செஞ்சுரி புக் ஹவுஸ்.

62. ரூத்பெனிடிக். 1964. (மொ. பெ.) *பண்பாட்டுக் கோலங்கள்*. சென்னை: தமிழ் வளர்ச்சிக் கழகம்.

63. வரதராசனார், மு., 1972. *தமிழிலக்கிய வரலாறு*, புதுடெல்லி: சாகித்ய அகாதெமி.

64. வெள்ளைவாரணன், க., 1957. *தமிழிலக்கிய வரலாறு தொல்காப்பியம்*, அண்ணாமலை நகர்: அண்ணாமலைப் பல்கலைக்கழகம்.

65. வெள்ளைவாரணன், க., 1983. *களவியல் உரைவளம்*, மதுரை: மதுரை காமராசர் பல்கலைக்கழகம்.

66. வெள்ளைவாரணன், க., 1983. *கற்பியல் உரைவளம்*, மதுரை: மதுரை காமராசர் பல்கலைக்கழகம்.

67. வையாபுரிப் பிள்ளை, எஸ்., 1948. *தமிழ்ச்சுடர் மணிகள்*, சென்னை: பாரி நிலையம்.

காலச்சுவடு பப்ளிகேஷன்ஸ் (பி) லிட்.
Published by Kalachuvadu Publications (Pvt. Ltd.),
669, K.P. Road, Nagercoil 629001, India
Phone: 91-4652-278525
e-mail: publications@kalachuvadu.com

08/2022/S.No. 1088, kcp 3747, 18.6 (1) ass